ஃபாரின் சிடி

(உலகத் திரைப்படங்கள்)

வா.மணிகண்டன்

டிஸ்கவரி புக் பேலஸ்

கே.கே.நகர் மேற்கு, சென்னை - 600 078.
(பாண்டிச்சேரி கெஸ்ட் ஹவுஸ் அருகில்)
Ph: 044-4855 7525 Mobile: +91 9940446650

ஃபாரின் சிடி (கட்டுரைகள்)
ஆசிரியர்: வா.மணிகண்டன்©

Foreign CD (Essays)
Author: Va.Manikandan©

Publisher: Discovery Book Palace (P) Ltd.
1st Short Edition: July - 2016
2nd Short Edition: Dec- 2018
Pages: 128
ISBN: 978-93-84301-09-5
Cover Design. Manikandan
Book Design: Discovery Team

Discovery Book Palace (P) Ltd,
6, Mahaveer Complex, Munusamy Salai,
K.K.Nagar West,Chennai-600 078.
Ph: +91 - 44-4855 7525
Mobile: +91 87545 07070

E-mail: discoverybookpalace@gmail.com,
Website: www.discoverybookpalace.com

Rs. 110

நாடகக் கலைஞர்
தம்பிச்சோழனுக்கு

நன்றி...

தினமணி.காம்

இயக்குநர் சசி

இயக்குநர் N.V.நிர்மல்குமார்

திரு.பார்த்தசாரதி

திரு. வேல்முருகன்

நிசப்தம் வாசகர்கள்

டிஸகவரி புக் பேலஸ்

உள்ளே...

1.	த ஃபால்ட் இன் அவர் ஸ்டார்ஸ்	7
2.	மார்ஷ்லேண்ட்	13
3.	ரிட்டர்ன் டு செண்டர்	16
4.	வாட்டர் டிவைனர்	21
5.	ஹெலி	26
6.	போகோவி	31
7.	ரன் ஆல் நைட்	36
8.	டிம்புக்டு	41
9.	13 அஸாஸின்ஸ்	46
10.	ட்ராஷ்	51
11.	ட்ரேசர்ஸ்	56
12.	கிறிஸ்டி	61
13.	லிட்டில் ஆக்ஸிடென்ட்ஸ்	67
14.	ஃப்ரீ மென்	73
15.	பாய் ஹூட்	79
16.	த குட் லை	84
17.	அமெரிக்கன் ஸ்நிப்பர்	90
18.	எகைன்ஸ்ட் த சன்	96
19.	த டிஸெர்ட்	102
20.	பேக் ட்ராக்	107
21.	த கிராண்ட் புதாபெஸ்ட் ஹோட்டல்	112
22.	வைல்ட்	117
23.	த இன்டர்வியூ	123

THE FAULT IN OUR STARS
ONE SICK LOVE STORY

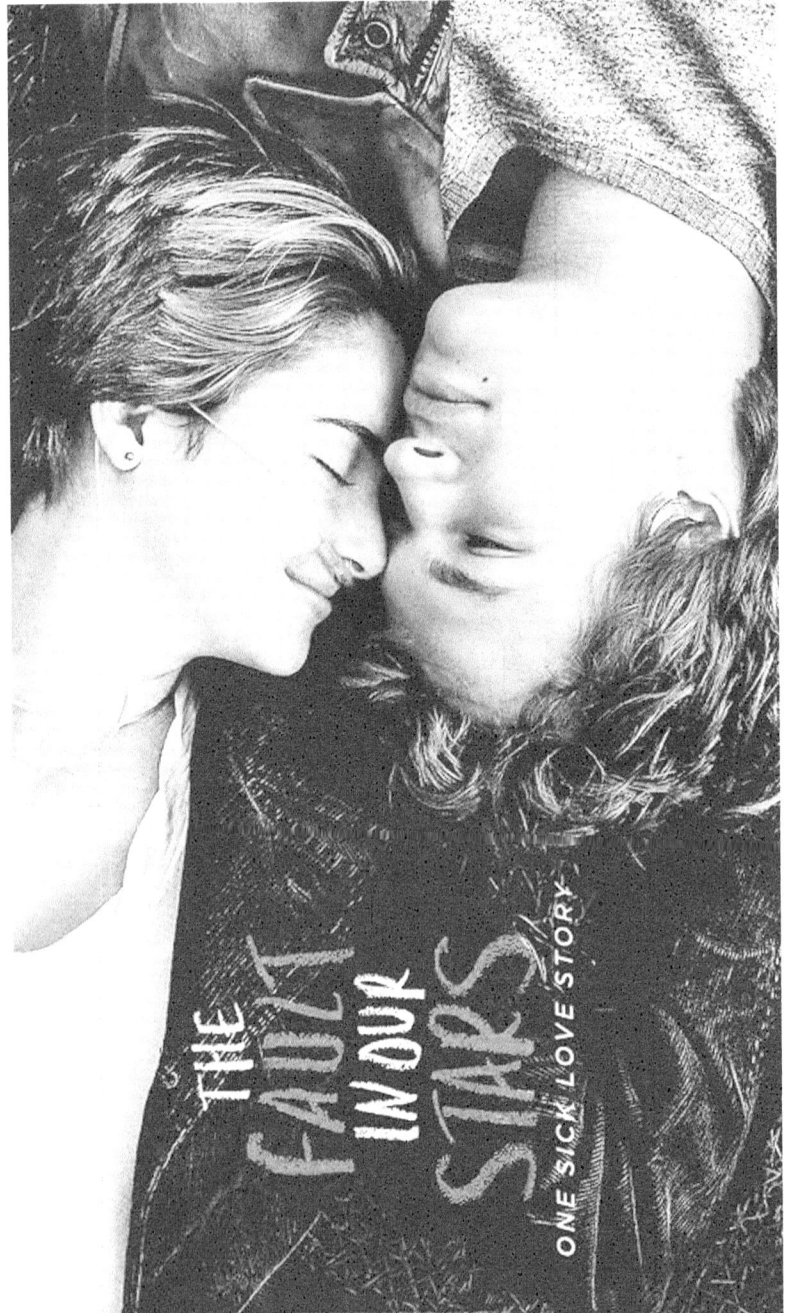

த ஃபால்ட் இன் அவர் ஸ்டார்ஸ்
(The fault in our stars)

பெங்களூரில் எங்கள் வீட்டிலிருந்து சற்றுத் தொலைவில் ஒரு புற்றுநோய் மருத்துவமனை இருக்கிறது. எந்நேரமும் கூட்டம் நிரம்பி வழியும் அளவுக்குப் புகழ்பெற்ற மருத்துவமனை அது. பங்களாதேஷ், ஆப்பிரிக்கா உள்ளிட்ட அந்நிய தேசங்களில் இருந்தும் நோயாளிகள் குவிகிறார்கள். இப்படி வெளியிடங்களில் இருந்து வருபவர்கள் தங்குவதற்காக மருத்துவமனையைச் சுற்றிலும் நிறைய தனியார் விடுதிகள் உண்டு. முந்நூறு ரூபாய் முதல் ஆயிரக்கணக்கான ரூபாய் வரைக்கும் அறை வாடகையாகத் தர வேண்டும். அப்படி வந்திருந்த ஒரு பிஹாரி குடும்பத்துடன் அறிமுகமாகியிருந்தேன். மாநில அரசாங்கத்தில் குமாஸ்தாவாக இருந்த அந்த மனிதர், தனது மகள் சஹானாவை அழைத்துக்கொண்டு வந்திருந்தார். அவளுக்குத்தான் சிகிச்சை அளிக்கவேண்டி இருந்தது. நோய் முற்றியிருந்தது. அதனால் சில மாதங்கள் பெங்களூரிலேயே தங்கியிருக்கச் சொல்லிவிட்டார்கள். அந்தக் குடும்பத்தினர், ஒரு விடுதியில் அறை பிடித்திருந்தார்கள். அப்பொழுது அடிக்கடி அவர்களைப் பார்க்கும் வாய்ப்பு கிடைத்தது. கூடவே அந்த தேவதையையும்.

சஹானாவுக்குத் தொண்டையில் புற்று வளர்ந்திருந்தது. நான்காம் வகுப்பு படித்துக்கொண்டிருந்தாள். அவளால் அதிகம் பேச முடியாது. ஆனால் கண்களில் வலியின் வேதனை எந்நேரமும் மின்னிக்கொண்டே இருப்பதை உணரலாம். அவர்கள் தங்கியிருந்த அறையின் ஜன்னலைத் திறந்தால், ஒரு பள்ளியின் மைதானம் தெரியும். அறையில் நாங்கள் பேசிக்கொண்டிருக்கும்போது, பெரும்பாலும் அவள் அந்த மைதானத்தைத்தான் வெறித்துக் கொண்டிருப்பாள். அவள் எந்தத் தவறும் செய்யாதவள். இந்தப் புவியில் நிகழும் அசுர வளர்ச்சியின் மாற்றங்கள், அவளது தொண்டையைப் பதம் பார்த்திருக்கின்றன என்பது அவரது

தந்தையின் குற்றச்சாட்டு. அவர் சொல்வதும் சரிதான். காற்று, நிலம், நீர் என சகலத்தையும் மாசடையச் செய்திருக்கிறோம்.

மொழி தெரியாத இந்த ஊரில் தினமும் மருத்துவமனைக்கும் விடுதிக்குமாக அவர்கள் அலைந்துகொண்டிருப்பதைப் பார்க்கப் பரிதாபமாக இருக்கும். அந்த பிஞ்சுக் குழந்தையின் கனவுகள், குடும்பத்தினரின் ஆசைகள் என அத்தனையும் காட்டாற்றில் சிக்கிக்கொண்ட சருகைப்போல் திசையற்று அலைந்துகொண்டிருந்தன. அவளது நோய் தீவிரமாகிக்கொண்டிருந்தது. இனி, தாக்குப்பிடிப்பது சிரமம் என்று மருத்துவமனையில் கை விரித்துவிட்டார்கள். அவர்களது குடும்பம் பிஹாருக்குக் கிளம்பும் முன்பாக சஹானாவைப் பார்க்க வேண்டும் என விரும்பினேன். அவளோடு அதிகம் பேசியதில்லை. ஆனால் கடைசியாகப் பார்த்தபோது தனது அத்தனை வலியையும் பொறுத்துக்கொண்டு ஒரு விநாடி சிரித்தாள். அந்தச் சிரிப்பு இன்னமும் மனத்துக்குள் உறைந்துபோய்க் கிடக்கிறது.

பிறகு, புற்றுநோய் குறித்து எதை எதிர்கொண்டாலும், சஹானாவின் அந்தப் புன்னகையைத் தவிர்க்க முடிவதே இல்லை. சமீபத்தில் ஒரு படம் பார்க்கும் வாய்ப்புக் கிடைத்தது. The Fault in our stars.

படத்தின் நாயகி ஹெய்சல், புற்றுநோயால் பாதிக்கப் பட்டவள். தைராய்டில் புற்று. அவளுக்கு நுரையீரலும் பாதிக்கப்பட்டிருக்கிறது. அதனால், எந்நேரமும் ஆக்ஸிஜன் சிலிண்டரை தூக்கிக்கொண்டேதான் அலைய வேண்டும். இல்லையென்றால், மூச்சுவிடுவதில் சிரமமாகிவிடும். ஹெய்சலின் பெற்றோருக்கு அவள் ஒரே மகள். அம்மாவுக்கு மகளைப் பற்றிய வருத்தம் பெருகுகிறது. திரும்பத் திரும்ப ஒரே புத்தகத்தை வாசித்துக் கொண்டிருக்கிறாள் என்று மருத்துவரிடம் புகார் தெரிவிக்கிறாள். ஆனால் ஒன்றும் செய்வதற்கில்லை. புற்றுநோயால் பாதிக்கப்பட்ட பெண்ணைப் பற்றிய புத்தகம் அது. நோயைப் பற்றிய நினைவுகளில் இருந்து தப்பிக்க வேண்டுமானால் உதவி மையத்துக்குச் செல்ல வேண்டும் என்று ஹெய்சலிடம் சொல்கிறார்கள். உதவி மையத்தில் வேறு சில புற்றுநோயாளிகள் தினமும் கூடுகிறார்கள். சக நோயாளிகள் ஒருவருக்கொருவர் ஆறுதலாக இருக்கிறார்கள். நோயாளிகளுக்கு அது ஒருவிதமான ஆசுவாசத்தைக் கொடுக்கிறது. அந்தக் கூட்டத்தில்தான் அகஸ்டஸைச் சந்திக்கிறாள் ஹெய்சல். அவன் மிகச் சிறந்த கூடைப்பந்து விளையாட்டு வீரனாக இருந்தவன். இப்பொழுது

புற்றுநோயின் காரணமாக ஒரு காலை நீக்கிவிட்டார்கள். ஆனால், தனது புன்னகையால் ஹெய்சலை வசீகரிக்கிறான். அவனும் ஹெய்சலும் தாங்கள் விரும்பிய புத்தகங்களைப் பரிமாறிக்கொள்கிறார்கள். ஹெய்சலுக்குப் பிடித்தமான புத்தகம் அகஸ்டஸுக்கும் பிடித்துவிடுகிறது. ஹெய்சலும் அகஸ்டஸும் அந்தப் புத்தகத்தின் எழுத்தாளர் பீட்டருக்கு மின்னஞ்சல் அனுப்புகிறார்கள். தன்னைக் காண்பதற்காக ஆம்ஸ்டர்டாம் நகரத்துக்கு வரச் சொல்லி, எழுத்தாளரிடமிருந்து பதில் வருகிறது.

இது, The Fault in our stars படத்தின் முதல் பாதி. அதே பெயரில் ஒரு நாவல் வந்திருக்கிறது. சில மாறுதல்களுடன் படமாக்கி இருக்கிறார்கள்.

இத்தகைய கதைகளைக் கொண்ட படங்கள், எதிர்மறையான எண்ணத்தை உருவாக்கும்படியாகத் தொடங்கினால் பார்வையாளனுக்குச் சற்று தொய்வு ஏற்பட்டுவிடக்கூடும். மற்றவர்களுக்கு எப்படியோ தெரியாது – எனக்கு சலிப்பாக இருக்கும். ஆனால் இந்தப் படம், பாஸிட்டிவ் எனர்ஜியுடன்தான் ஆரம்பிக்கிறது. அதற்காக மற்ற சாதாரண படங்களைப் போன்ற துள்ளலான இசையுடனும் கொண்டாட்டத்துடனும் ஆரம்பிக்கிறது என்று சொல்ல முடியாது. சற்றே உள்ளடங்கிய குரல். அவர்கள் எடுத்துக்கொண்டிருக்கும் களம் அப்படியானது. கடைசி நாட்களை எண்ணிக்கொண்டிருக்கும் மனிதர்கள்தான் கதை மாந்தர்கள். ஆனால் தங்களின் நோய்மையை நினைத்து ஒடுங்கிக்கிடக்காத இளைஞர்கள். அப்படியான பாஸிடிவ் எனர்ஜி

படம் தொடங்கிய முதல் சில நிமிடங்களிலேயே நம்மை உள்ளே இழுத்துப் போட்டுக்கொள்கிறார்கள்.

மிக எளிமையான காட்சிகள். காமத்தை வெளிப்படுத்தாத காதல் காட்சிகள். ஹாலிவுட் படங்களில் வழக்கமாக சித்தரிக்கப்படும் பொறுப்பில்லாத பெற்றோர்கள் என்று இல்லாமல், ஹெய்சல்மீது உயிரையே வைத்திருக்கும் பெற்றோர்கள் என பார்வையாளனை ஒன்றச் செய்துவிடுகிறார்கள். அடுத்த பாதியில், அகஸ்டஸும் ஹெய்சலும் ஆம்ஸ்டர்டாம் செல்வதும், அங்கே அந்த எழுத்தாளன் இவர்களை வெறுப்பேற்றும்போதும், அவர்கள் பரஸ்பரம் தங்கள் காதலை வெளிப்படுத்திக்கொள்ளும்போதும் என காட்சிகள் நகரும்போது, அந்தச் சம்பவங்கள் எல்லாம் ஏதோ நமக்கே நிகழ்வதுபோலத்தான் தோன்றுகிறது. ஆம்ஸ்டர்டாம் செல்வதற்கு முன்பாகவே, ஹெய்சலை மருத்துவர்கள் எச்சரித்துத்தான் அனுப்புகிறார்கள். ஆனால் ஹெய்சல் உயர்ந்த படிகளில் நடந்தே

ஏறுகிறாள். விமான நிலையத்தில் கேள்வி கேட்கும் குழந்தைக்கு தனது சுவாசக் குழாயை கழட்டிக் காட்டுகிறாள். இப்படியான ஒவ்வொரு காட்சியிலும் ‘அய்யோ ஹெய்சலுக்கு மூச்சுத் திணறல் வந்துவிடுமோ’ என்று பயத்தைக் கொண்டு வந்துவிடுகிறார்கள். இதெல்லாம்தான் படத்தின் மிகப்பெரிய பலங்கள் என்று தோன்றுகிறது.

ஹெய்சலாக நடித்திருக்கும் ஷெலின் வுட்லியும், அகஸ்டஸாக நடித்திருக்கும் ஏன்ஸல் எல்கார்ட்டும் பிரமாதப்படுத்தி யிருக்கிறார்கள். அவர்களுக்காகவே இரண்டு மூன்று முறையாவது திருப்பித் திருப்பி படத்தைப் பார்த்துக்கொண்டிருந்தேன்.

முதல் முறை படம் பார்த்து முடித்தபோது அதிகாலை மூன்று மணி ஆகியிருந்தது. அகஸ்டஸையும் ஹெய்சலையும் தாண்டி, என் நினைவில் சஹானா வந்துகொண்டிருந்தாள். அன்றைய தினம் இன்னமும் ஞாபகத்தில் இருக்கிறது – ஒரு ஞாயிற்றுக்கிழமையின் காலை அது. சஹானாவின் தந்தை அழைத்திருந்தார். குரல் உடைந்திருந்தது. ஏதோ விபரீதம் நடந்திருக்கிறது என்பதைப் புரிந்துகொள்ள வெகுநேரம் ஆகவில்லை. நான்கு நாட்களுக்கு முன் சஹானாவுக்கு மூச்சுத் திணறல் வந்திருக்கிறது. அருகாமையில் இருந்த மருத்துவமனைக்குத் தூக்கிச் சென்றிருக்கிறார்கள். அவர்கள் மருத்துவமனை வாயிலை அடையவும் சஹானா இந்த உலகைவிட்டு நீங்கவும் சரியாக இருந்திருக்கிறது. தனது பிஹாரிய ஆங்கிலத்தில் அவர் பேசிக்கொண்டிருந்தபோது எப்படி ஆறுதல் சொல்வதென்று தெரியவில்லை. அமைதியாகக் காத்திருந்தேன். ஓரிரு நிமிடங்களுக்குப பிறகு, மூக்கை உறிஞ்சிக்கொண்டு ‘அந்த மருத்துவமனை பக்கமாகப்போனால் சஹானாவை ஒரு விநாடி நினைச்சுக்குங்க’ என்று சொல்லிவிட்டுத் துண்டித்தார்.

படத்தில் ஒரு காட்சி வரும். உதவி மையத்தில் பேசிக் கொண்டிருக்கும்போது அகஸ்டஸ் ‘தனது மறைவுக்குப் பிறகும் தன்னை மற்றவர்கள் ஞாபகம் வைத்துக்கொள்ள வேண்டும் என விரும்புகிறேன்’ என்பான். தனது மகளை அடுத்தவர்கள் ஞாபகம் வைத்துக்கொள்ள வேண்டும் என்று சஹானாவின் அப்பா விரும்பியதுபோலவே.

மூன்று மணிக்கு மேலாகத் தூக்கம் வரும் என்று தோன்றவில்லை. மொட்டைமாடி கதவைத் திறந்தேன். இந்த மாநகரின் சோடியம் விளக்குகள், வானத்தில் சிவப்பு நிறத்தைச் சிதறடித்திருந்தன. நட்சத்திரங்கள் எதுவும் தெரியவில்லை. படத்தின் இறுதிக்காட்சியில், வானத்தைப் பார்த்தபடி ஹெய்சல் படுத்திருப்பாள். அகஸ்டஸின்

கடிதத்தை வாசித்துக்கொண்டிருக்கும் அவள், அவனது நினைவுகளால் முழுமையாக நிரம்பியிருப்பாள். நான் வானத்தைப் பார்த்துக் கொண்டிருந்தபோது சஹானாவின் நினைவுகளால் நிரம்பிக் கொண்டிருந்தேன். குளிர் வாடைக்காற்று முகத்தில் அறைந்துகொண்டிருந்தது. அப்பொழுது திரண்டிருந்த கண்ணீரைத் துடைத்துக்கொள்ள வேண்டும் என்று விரல்களுக்குத் தோன்றவே இல்லை.

* * *

"A BRILLIANT EDGE OF YOUR SEAT THRILLER"
SIGHT & SOUND
"STUNNING & GRIPPING"
★★★★
"BEAUTIFUL & MYSTERIOUS"
★★★★
LITTLE WHITE LIES
MARSHLAND

மார்ஷ்லேண்ட்
(Marshland)

ஒரு கொலை நடக்கும். அந்தக் கொலையை யார் செய்திருப்பார்கள் என்று கண்டுபிடிப்பதற்காக யாராவது கிளம்புவார்கள். எவ்வளவு கதாபாத்திரங்கள் உள்ளே வர முடியுமோ அவ்வளவு கதாபாத்திரங்கள் உள்ளே வந்து போவார்கள். 'இவனா இருக்குமா?', 'அவளா இருக்குமா?' என்று ஒவ்வொருவரையும் சந்தேகப்படுவோம். கடைசியில், சம்பந்தமே இல்லாத ஒரு ஆள்தான் அந்தக் காரியத்தைச் செய்திருப்பான் என்று கதை முடியும்.

இதுவரை வெளியான பெரும்பாலான க்ரைம் நாவல்கள் அல்லது திரைக்கதைகள் இப்படித்தான் அமைந்திருக்கின்றன. இதை எவ்வளவு சுவாரஸ்யமாகக் காட்டுகிறார்கள் என்பதில்தான் அந்தக் குறிப்பிட்ட படைப்பு வெற்றியடைகிறது. சொதப்பும் போது பார்வையாளர்கள் தூக்கி வீசிவிடுகிறார்கள். 2014 ஆம் ஆண்டு வெளியான மார்ஷ்லேண்ட் முதல் ரகம். வெற்றியடைந்த படம். அதனால் சுவாரஸ்யமான படம் என்று தனியாகச் சொல்ல வேண்டியதில்லை.

1980ம் ஆண்டுகளில் ஸ்பெயினில் இரட்டைக் கொலை நடக்கிறது. கொல்லப்பட்டவர்கள் இள வயது சகோதரிகள். மிகக் குரூரமாக சித்ரவதை செய்யப்பட்டும் பாலியல் பலாத்காரத்துக்கு உட்படுத்தப்பட்டும் பிணமாக நீர் நிலைகளில் வீசப்பட்டுக் கிடக்கிறார்கள். கொலையின் மூலகர்த்தாக்களைக் கண்டுபிடிப்பதற்காக காவல்துறையிலிருந்து இருவர் களமிறங்குகிறார்கள். துப்பறிதல் ஆரம்பமாகிறது. படம் நெடுகவும் ஒவ்வொரு ஆளாக விசாரணை வட்டத்துக்குள் கொண்டு வருகிறார்கள்.

கதையின் பின்னணியில் 1980களில் ஸ்பெயினில் மலிந்து கிடந்த ஊழல்கள், வேலையில்லாத் திண்டாட்டம் போன்றவற்றை இழையோடச் செய்திருக்கிறார்கள். அது, தெரிந்துகொள்ள

வா.மணிகண்டன் ◆ 13

வேண்டிய வரலாறுதான். 1939ல் தொடங்கி 1975 வரை முப்பத்தைந்து ஆண்டுகள் ஸ்பெயினை ஒரே சர்வாதிகாரிதான் ஆட்சி செய்தார் என்பது நம்மில் பெரும்பாலானோருக்குத் தெரியாத விஷயம். அந்த சர்வாதிகாரியின் பெயர் ஃப்ராங்கோ. ராணுவத்தில் பணியாற்றியவர். அடிப்படைவாதி என்பதால் ஆரம்பத்தில் ஹிட்லரின் ஜெர்மனியாலும் முசோலினியின் இத்தாலியாலும் ஆதரிக்கப்பட்டவர். உள்நாட்டில் பெரும் கலவரம் தொடங்கியது. கம்யூனிஸ்ட்கள் உள்ளிட்டவர்கள் ஃப்ராங்கோவுக்கு எதிராகப் போராடினார்கள். கடைசியில் ஃப்ராங்கோதான் வென்றார். அதன்பிறகு அவர் இறக்கும் வரை யாராலும் அசைக்கவே முடியவில்லை.

ஃப்ராங்கோவை அசைக்க முடியாததற்கு ஒரு முக்கியமான காரணமிருக்கிறது. ஐரோப்பாவில் கம்யூனிஸ்ட்களை எதிர்த்த மிக முக்கியமான தலைவராக ஃப்ராங்கோ இருந்தார். முதலாளித்துவ அமெரிக்காவுக்கும் கம்யூனிஸ ரஷ்யாவுக்கும் பனிப்போர் நடந்துவந்த காலம் அது. 'எதிரிக்கு எதிரி நண்பன்' என்கிற தத்துவத்தின்படி அமெரிக்கா ஃப்ராங்கோவை ஆதரிக்கத் தொடங்கியது. அமெரிக்காவின் செல்லப்பிள்ளையை யாரால் சீண்ட முடியும்? அதனால் ஃப்ராங்கோ ராஜாவாகவே வலம் வந்தார். அவரது ஆட்சிக்காலத்தில் இரண்டிலிருந்து நான்கு லட்சம் மக்களாவது கொல்லப்பட்டிருக்கக்கூடும் என்கிறார்கள். மிக மோசமான சர்வாதிகாரிதான் என்றாலும் அமெரிக்கா பின்னணியில் இருந்ததாலோ என்னவோ அவரைப் பற்றிய எதிர்மறையான செய்திகள் உலக ஊடகத்தில் வெளிச்சமாக்கப்படவேயில்லை.

1975ல் ஃப்ராங்கோ இறந்தபிறகும்கூட ஸ்பெயினில் தொழிலாளர்களுக்கான ஊதியம் மிகக் குறைவாக இருந்தது. 1980ம் ஆண்டு மக்களாட்சி நடைமுறைக்கு வந்தபிறகும் வேலை கிடைப்பதில் சிரமங்கள் இருந்தன. நல்ல வேலை, நல்ல சம்பளம் உள்ளிட்டவற்றைத் தேடும் பெண்களை கொலைகாரன் பயன்படுத்திக் கொள்கிறான் என்பதுதான் மார்ஷ்லேண்ட் படத்தின் பின்னணி. வெறும் கிரைம் த்ரில்லராகவே இந்தப் படத்தை ரசிக்க முடியும் என்றாலும் இந்த வரலாற்றுப் பின்னணியைத் தெரிந்துகொண்டு பார்க்கும்போது வசனங்கள் மற்றும் கதை நகர்வின் வேறு பரிமாணங்கள் நமக்குப் புரியும்.

உதாரணமாக, இரண்டு விசாரணை அதிகாரிகளில் ஒருவர்தான் சந்தேகிக்கப்படும் நபரை அடிப்பார். அதைத் தடுக்கும் இன்னொரு விசாரணை அதிகாரி 'முன்ன மாதிரி இல்லை' என்பார். அவர் முன்பு மாதிரி என்று குறிப்பிடுவது ஃப்ராங்கோவின்

சர்வாதிகார ஆட்சிக்காலத்தை. அந்தக் காலமாக இருந்தால் எப்படி வேண்டுமானாலும் அடித்து உதைக்கலாம் என்ற அர்த்தத்தில். இப்படி படம் முழுக்கவும் நிறையக் காட்சிகளையும் வசனங்களையும் சுட்டிக்காட்ட முடியும்.

இறந்துபோன பெண்களின் பெற்றோர்கள், அவர்களுடைய காதலன், அவனுடைய இன்னொரு காதலி, வீட்டை வாடகைக்கு விடப்படும் பெண், இந்தச் செய்திகளைச் சேகரிக்க முயலும் பத்திரிகையாளர் என்று நிறைய பாத்திரங்கள் இருந்தாலும் த்ரில்லர் கதைகளில் காணப்படும் அதீதமான பில்ட்அப்கள் இல்லை என்பதே இந்தப் படத்தின் மிக முக்கியமான பலம். கதை சொல்லும் நேர்த்தி, நடிகர்களின் அலட்டல் இல்லாத நடிப்பு உள்ளிட்டவை ஸ்பெயினின் முக்கியமான திரைப்படங்கள் வரிசயில் மார்ஷ்லேண்டைச் சேர்த்துவிடும் என நம்பலாம். அலட்டல் இல்லாத நடிப்பு என்று குறிப்பிடுவது துப்பறியும் அதிகாரிகளின் நடிப்பை. நாயக பிம்பம் எதுவுமில்லாத மிகையற்ற நடிப்பு. படம் முழுக்கவும் அவர்களின் முகம் வந்துகொண்டேயிருந்தாலும் சலிப்புத் தட்டுவதில்லை. விசாரணை அதிகாரிகளில் மூத்தவர் ஃப்ராங்கோவின் ஆட்சிக்காலத்தில் ரகசிய போலீஸாக இருந்தவர். ஒரு காலத்தில் சித்ரவதைகளைச் செய்தவர். விசாரணை நடத்தும்போது கை நீட்டத் தயங்காதவர். முரட்டு ஆள். இன்னொரு அதிகாரி இளைஞர். ஸ்பெயினில் துளிர்விட்டிருக்கும் ஜனநாயகத்தின் ஆதரவாளர். இவர்கள் இரண்டு பேருக்குமான முரண்களை எந்தத் துருத்தலும் இல்லாமல் கதையோடு இணைத்திருக்கிறார்கள்.

படத்தின் கதை, வசனம் என்பதெல்லாம் ஒரு பக்கம் என்றால் படத்தின் ஒளிப்பதிவும் இசையும் பிரமாதப்படுத்தியிருக்கின்றன. அதிலும் ஒளிப்பதிவு அற்புதம். மங்கிய வெளிச்சம், ஏரியல் ஷாட் என்று சொல்லப்படுகிற உயரத்திலிருந்து காட்டப்படும் காட்சிகள் என்பன இந்தப்படத்தை மிகச் சிறந்த படைப்பாக மாற்றிவிடுகின்றன. இரைச்சல் இல்லாத இசையைக் கோர்த்து காட்சிகளை இன்னமும் வலுவாக்கியிருக்கிறார்கள்.

மார்ஷ்லேண்ட் படத்தை க்ரைம் த்ரில்லர் வரிசை உலகப் படங்களின் பட்டியலில் தாராளமாகச் சேர்த்துக் கொள்ளலாம். த்ரில்லர் கதைகளில் ஆர்வமிருப்பவர்கள் நிச்சயமாக பார்க்க வேண்டிய படம். சினிமாவைக் கற்றுக்கொள்ள விரும்புவர்கள் தவிர்க்கக்கூடாத படம்.

* * *

ரிட்டர்ன் டு செண்டர்

(Return to Sender)

அமெரிக்கவாழ் நண்பரொருவர் ஒரு படத்தை பரிந்துரைத்திருந்தார். அவர் மரண தண்டனைக்கு ஆதரவானவர். ஒரு குற்றத்தால் பாதிக்கப்பட்டவனின் மனநிலையிலிருந்து அந்தப் பிரச்சினையை அணுகினால் மரண தண்டனை சரியானதுதான் என்கிற முடிவுக்கு வந்துவிடலாம் என்று சொல்லியிருந்தார்.

கதையின் நாயகி செவிலியராக இருக்கிறாள். அறுவை சிகிச்சை செய்யும் செவிலியராக வேண்டும் என்பதுதான் அவளது லட்சியம். அதற்கான முயற்சிகளை மேற்கொண்டிருக்கிறாள். கிட்டத்தட்ட பணிமாற்றம் உறுதியாகிவிட்டது. அதே சமயத்தில் ஒரு வீடு வாங்கவும் விரும்புகிறாள். அதற்காக ஒரு தரகரை அணுகுகிறாள். அவளுக்கு பிடித்தமான வீடும் அமைந்துவிடுகிறது. புது வீடு; புது வேலை. மிக சந்தோஷமாக இருக்கிறாள். நாயகியுடன் அவளுடைய அப்பாவும் அவர் வளர்க்கும் ஒரு செல்ல நாயும் இருக்கிறது. நாயகிக்கும் நாய்க்கும ஏழாம் பொருத்தம். அவளுக்கு அப்பாவைப் பிடிக்கிறது. ஆனால் நாயைப் பிடிப்பதில்லை. நாய் பிடிக்கவில்லை என்பதெல்லாம் ஒரு பிரச்சினையா? வாழ்க்கை வெகு அமைதியாகத்தான் போய்க்கொண்டிருக்கிறது.

இந்தச் சமயத்தில் அவளுடைய தோழி கெவின் என்னும் மனிதரைப் பற்றிச் சொல்கிறாள். கெவினுடன் பழகிப் பார்க்கச் சொல்லி பரிந்துரைக்கிறாள். ஒருவேளை பிடித்திருந்தால் நாயகி தனிமையிலேயே இருக்க வேண்டியதில்லை என்பது தோழியின் பரிந்துரைக்கான காரணம். காதலில் விழக்கூடும். அதற்கு நாயகியும் சம்மதிக்கிறாள். கெவினைச் சந்திக்க ஒத்துக்கொண்ட நாளன்று நாயகியின் வீட்டுக்கு யாரோ வருகிறார்கள். வந்திருப்பவன் கெவினாக இருக்கக்கூடும் என்று நாயகி நம்புகிறாள். அவனை உள்ளே வரச் சொல்கிறாள். அவனைக் காத்திருக்கச் சொல்லிவிட்டு அவள் உள்ளே சென்றவுடன் வந்தவன் அத்து மீறுகிறான்.

RETURN TO SENDER
SHE WILL HAVE HER REVENGE

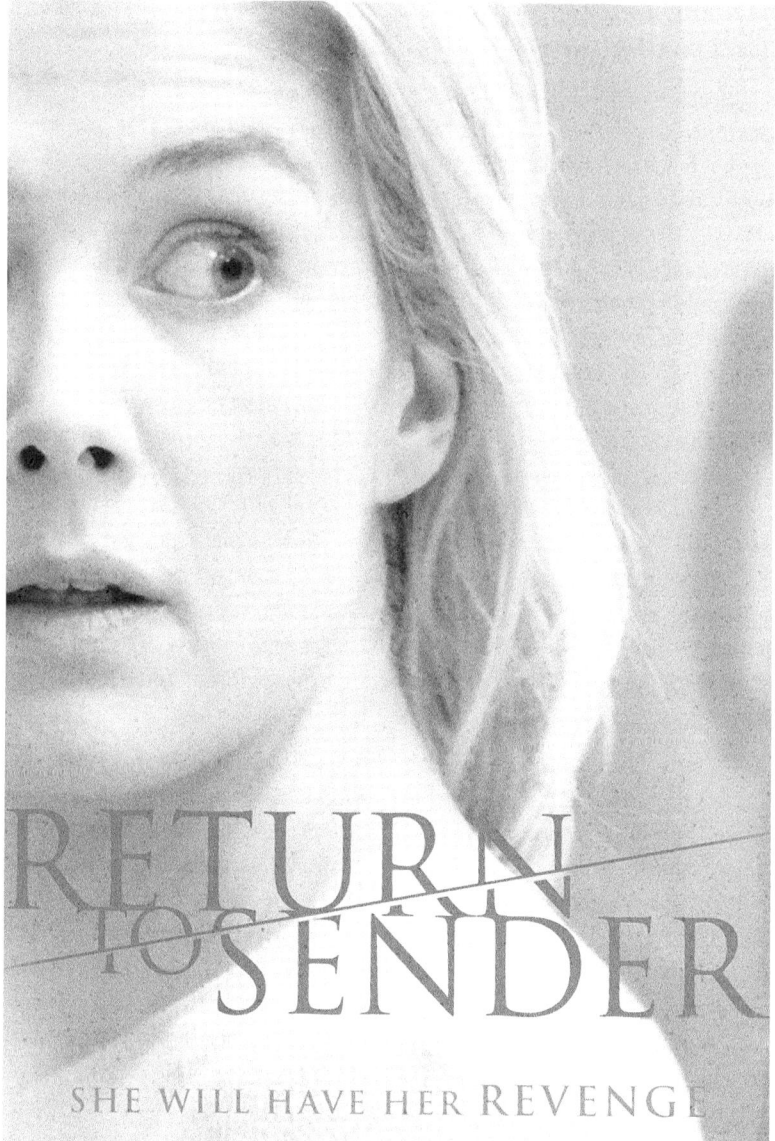

தனது அனைத்து பலத்தையும் முயன்று பார்க்கிறாள். ஆனால் அவனுக்கு முன்னால் அவளது பலம் வேலைக்கு ஆவதில்லை. முரட்டுத்தனமாக மோதி அவளைச் சூறையாடுகிறான். காரியம் முடிந்தவுடன் அவன் தப்பி ஓடுகிறான்.

இந்தச் சமயத்தில் கெவின் நாயகியைத் தேடி வருகிறான். அப்படியென்றால் முன்பு வந்திருந்தவன் கெவின் இல்லையா? ஆமாம். அவன் கெவின் இல்லை. கெவின் காவல்துறைக்கு தகவல் தெரிவிக்கிறான். ‘அவனை இதுக்கு முன்னாடி பார்த்திருக்கீங்களா?’ என்று விசாரணையின்போது கேட்கிறார்கள். அவனை நாயகி முன்பு எப்பொழுதோ பார்த்திருக்கிறாள். அதைக் காவலர்களிடம் தெரிவிக்கிறாள். மருத்துவமனையில் அவள் சிகிச்சை பெற்றுக் கொண்டிருக்கும்போது அந்தக் காமுகனைக் கைது செய்து சிறையில் அடைக்கிறார்கள். நாயகியின் முகம், கைககள் என சகல இடங்களிலும் காயம்பட்டு ரத்தம் கட்டிப் போயிருக்கிறது. சிகிச்சை முடிந்தவுடன் இயல்பு நிலைக்குத் திரும்ப முயற்சிக்கிறாள். ஆனால் அதுவொன்றும் அவ்வளவு எளிதானதாக இருப்பதில்லை. அவளைச் சுற்றிய விஷயங்கள் மட்டும் மாறியிருக்கவில்லை – அவளே நிறைய மாறியிருக்கிறாள். மனநிலை மட்டுமல்லாது உடல்நிலையும்கூட மாறியிருக்கிறது. அவளது வலது கையில் நடுக்கம் உண்டாகியிருப்பதை கவனிக்கிறாள். அது, அவளது கனவில் விழுந்த பேரிடி. இந்த நடுங்கும் கையை வைத்துக் கொண்டு அறுவை சிகிச்சைகளை மேற்கொள்ள முடியாது என உடைந்து போகிறாள்.

அந்தச் சம்பவம் நாயகியை சிதைத்துக் கொண்டிருக்கிறது. இதிலிருந்து மீண்டாக வேண்டும். தந்தையின் நாயுடன் இணக்கமாக பழகுகிறாள். இதை ஒரு குறியீடாகப் புரிந்து கொள்ளலாம். ஏனெனில் அதே சமயத்தில் தன்னைச் சூறையாடியவனுக்கு கடிதம் ஒன்றை எழுதி அனுப்புகிறாள். அந்தக் கடிதத்தை தபால் பெட்டியில் போடுவதற்கு முன்பாக மெலிதாகப் புன்னகைக்கிறாள். கிட்டத்தட்ட தன்னைக் கடிக்க வந்த நாயுடன் இணக்கம் ஆவதைப்போலத்தான். ஆனால் இவள் அனுப்பும் கடிதங்கள் அத்தனையும் இவளுக்கே திரும்பி வருகின்றன. Return to Sender. படத்தின் பெயரும் அதுதான்.

2015 ஆம் ஆண்டில் வெளியான படம்.

இப்படித் திரும்ப வரும் கடிதங்களை சலிக்காமல் உறை மாற்றி மீண்டும் அனுப்புகிறாள். இப்படியான கடிதக் குவியல்களுக்கு மத்தியில் ‘you won’ என்ற பதில் வந்து சேர்கிறது. அது அவன்

அனுப்பிய பதில். பிறகு இருவரும் சிறைச்சாலையில் சந்தித்துப் பேசுகிறார்கள். இப்படியான சந்திப்புகளும் கடிதப் பரிமாற்றங்களும் இருவரையும் நெருங்கச் செய்கின்றன. சிறையிலிருந்து வெளியே வந்தவுடன் நாயகியின் வீட்டுக்கு வருகிறான். அவள் நன்றாகத்தான் பேசுகிறாள். ஆனால் வீட்டிற்குள் அனுமதிப்பதில்லை. அவளது வீட்டின் முன்புறத்தில் இருக்கும் சில வேலைகளைச் செய்து கொடுக்கிறான். இந்த விவகாரம் நாயகியின் தந்தைக்குத் தெரிய வருகிறது. இருவருக்குமிடையில் செமத்தியான சண்டை. 'அவனைப் போய் நீ...' என்று இழுக்கிறார். ஆனால் நட்பு நின்றபாடில்லை. தொடர்ந்துகொண்டேதான் இருக்கிறது.

இதுவரையிலும் சொன்ன கதைக்கும் முதல் பத்திக்கும் சம்பந்தமேயிருக்காது. 'எவன் கெடுத்தானோ அவனையே கட்டிக்கோ' என்று தீர்ப்பெழுதும் ஆலமர பஞ்சாயத்து மாதிரிதானே கதை போய்க் கொண்டிருக்கிறது? ஆனால் அப்படியில்லை. அவனது பலாத்காரத்தால் பாதிக்கப்பட்ட அவள் மெல்ல மெல்ல இயல்பு நிலைக்கு மாறுவதாகக் காட்டுகிறார்கள். அவள் உண்மையில் இயல்பு நிலைக்கு மாறுவதேயில்லை. அதைப் படத்தைப் பார்க்கும்போது புரிந்துகொள்ள முடியும். க்ளைமேக்ஸைச் சொல்லிவிட்டால் படத்தின் சுவாரசியம் குறைந்துவிடும் என்பதால் அதைச் சொல்ல விரும்பவில்லை. ஆனால் அதைச் சொல்லாமல் இந்தப் படம் குறித்தான அறிமுகத்தை எப்படி முடிக்க முடியும் என்று தெரியவில்லை.

வெறும் திரைப்படமாகப் பார்த்தால் அவ்வளவு சுவாரஸியமான படம் என்று சொல்ல முடியாது. அவன் நாயகிக்கு கடிதம் எழுதிய பிறகு இருவரும் சிறைச்சாலையில் சந்தித்துப் பேசிக் கொள்ளும் காட்சிகள் சற்று இழுவையாகத்தான் தெரிகின்றன. ஆனால் படத்தை மனோவியல்ரீதியில் பார்க்க வேண்டும் எனத் தோன்றியது. நாயகியின் இடத்தில் நாம் இருந்தால் என்ன முடிவை எடுத்திருப்போம் என்கிறரீதியிலான யோசனையுடன் பார்க்கும்போது வேறு புரிதல்கள் உருவாகின்றன.

படத்தைப் பற்றிய மேலதிக விவரங்கள் தெரியாமல் படத்தைப் பார்க்க வேண்டும். 'இதுதான் நடக்கப் போகிறது' என்று தெரிந்துவிட்டுப் பார்த்தால் மொண்ணையாகத் தெரியும். முதலில் படத்தைப் பார்த்துவிடுங்கள். பிறகு பேசிக் கொள்ளலாம்.

வன்புணர்ச்சிக் காட்சியிலும்கூட ஆடை விலகாமல் கண்ணியமாக எடுத்திருக்கிறார்கள். எல்லாவிதத்திலும் நல்ல படம்தான். ஒன்றைச் சொல்ல வேண்டும்: இந்தப் படத்தைப்

பார்க்கும் போது குற்றச் செயல்களினால் பாதிக்கப்படுபவர்கள் எவ்வளவு சிரமப்படுவார்கள் என்பதன் ஒரு பரிமாணத்தைப் புரிந்து கொள்ள முடிகிறது என்றாலும்கூட, மரண தண்டனை சரியானது என்கிற இடத்துக்கெல்லாம் வர முடியாது. உயிரை எடுப்பதைவிட்டுவிட்டு எவ்வளவு பெரிய தண்டனையை வேண்டுமானாலும் அளிக்கலாம். இந்தப் படத்தில் நாயகியை வன்புணர்ந்தவனுக்கு அளிக்கப்படும் தண்டனையைப்போலவே.

* * *

வாட்டர் டிவைனர்
(Water Diviner)

1920 ஆம் வருடம். ஆஸ்திரேலியாவின் பாலை நிலத்தையொத்த பெரும் பரப்பில் நீர் மட்டத்தைக் கண்டுபிடிக்கும் ஒரு நிபுணர் இரண்டு குச்சிகளை வைத்துக் கொண்டு அலைகிறார். ஒரு இடம் சிக்குகிறது. அந்த இடத்தில் கிணறு வெட்டத் தொடங்குகிறார். ஒற்றை மனிதனாக சுமார் இருபதடி ஆழத்துக்கு குழியை வெட்டி மண்ணைச் சுமந்து வெளியில் வீசுகிறார். அவர் நீர்மட்டம் பார்த்த எல்லா இடங்களிலும் நீர் கிடைத்தது என்று சொல்ல முடியாது. இதுவும்கூட தவறான கணிப்பாக இருக்கலாம். இருந்தாலும் இன்னும் கொஞ்சம் தோண்டிப் பார்த்துவிடலாம் என்று கடப்பாரையை ஓங்கி நிலத்தில் இறக்க நீர் பொத்துக் கொண்டு வருகிறது. அவருக்கு உற்சாகம் தாங்க முடியவில்லை. அதே உற்சாகத்தோடு வீட்டுக்கு வருகிறார்.

மனைவி தனியாக அமர்ந்திருக்கிறாள். 'நீங்கள் கதை சொல்வதற்காக பசங்க தூங்காம காத்திருக்காங்க' என்கிறாள். அறைக்குள் சென்று ஒரு புத்தகத்திலிருந்து கதையை வாசிக்கிறார். கேமிரா மெதுவாக கட்டில்களைக் காட்டுகிறது. அது வெறும் கட்டில்கள். நமக்கு சில்லிட்டுப் போய்விடுகிறது. வெறும் கட்டில்களுக்கு எதற்காக கதை படித்துக் காட்டுகிறார்? அவர் வெளியே வருகிறார். மனைவி அழுது கொண்டிருக்கிறாள். பேச்சை மாற்றும்விதமாக 'இன்னைக்கு தண்ணீரைக் கண்டுபிடிச்சேன்' என்கிறார். 'நிலத்துக்குள் இருக்கும் தண்ணீரைக் கண்டுபிடிக்கும் உங்களால் சொந்தப் பசங்களைக் கண்டுபிடிக்க முடியவில்லை' என்று அழுகிறாள். அடுத்த நாள் காலையில் மனைவி வீட்டுப் பக்கத்தில் இருக்கும் நீர் நிலையில் இறந்து கிடக்கிறாள். தற்கொலை.

முதல் உலகப் போரின் ஒரு சொட்டு வரலாற்றைத் தெரிந்து கொண்டால், மகன்கள் என்ன ஆனார்கள் என்பதைப் புரிந்து கொள்வதற்கு எளிமையாக இருக்கும்.

வா.மணிகண்டன்

UN FILM DAL
VINCITORE DEL PREMIO OSCAR
RUSSELL CROWE
THE WATER DIVINER
IL VIAGGIO DI UN PADRE
IN CERCA DEI SUOI FIGLI

நீண்ட நெடிய வரலாற்றைக் கொண்ட துருக்கியப் பேரரசான ஒட்டாமன் பேரரசு முதல் உலகப் போரில் தள்ளாடத் தொடங்குகிறது. அப்பொழுது கேலிப்போலி என்னும் முக்கியத்துவம் வாய்ந்த போர் நடக்கிறது. இந்தப் போரில் துருக்கியை எதிர்த்து ஆஸ்திரேலியா மற்றும் நியுஸிலாந்து இணைந்த கூட்டுப்படை போரிடுகிறது. கடுமையான போர் என்றபோதும் இந்தப் போரில் துருக்கிதான் வெற்றி பெறுகிறது. இருபக்கமும் ஏகப்பட்ட உயிரிழப்புகளுக்குப் பிறகு கூட்டுப்படையை துருக்கியப் படையினர் துரத்தியடித்தார்கள். இந்த கேலிப்போலி சண்டையில் ஆஸ்திரேலியப் படையில் இணைந்து போரிடுவதற்காகத்தான் நீர் வளத்தைக் கண்டுபிடிப்பவரின் மூன்று மகன்களும் வருகிறார்கள்.

இப்பொழுது தற்கொலை செய்துகொண்ட அம்மாவையும் மகன்கள் எங்கே போனார்கள் என்ற கேள்வியையும் நாம் இணைத்துக் கொள்ளலாம்.

எல்லோரும் இறந்துவிட்டார்கள். நீர் வளத்தைக் கண்டுபிடிப்பவர் தனித்து நிற்கிறார். யாருமற்ற அநாதை. அவருடைய மகன்கள் இறந்துபோன விஷயம் அவருக்குத் தெரியும். அதற்கான சில ஆதாரங்கள் அவரிடமிருக்கின்றன. அதைச் சுமந்துகொண்டு துருக்கியை அடைகிறார். அங்கு ஒரு இளம்பெண்ணும் அவளுடைய இளவயது மகனும் தங்கும் விடுதியை நடத்துகிறார்கள். அந்தச் சிறுவன் வலுக்கட்டாயமாக இவருடைய பையைப் பறித்துக் கொண்டு ஓடுகிறான். அவனைத் திருடன் என்று நினைத்தபடி துரத்துகிறார் ஆனால் அவன் விடுதிக்கு ஆள் பிடிக்கும் விதமாகத்தான் அப்படிச் செய்கிறான் என்று புரிந்து கொள்கிறார். அந்த விடுதியிலேயே தங்குகிறார். சிறுவனுக்கும் இவருக்குமான நட்பு தொடங்குகிறது.

விடுதி நடத்தும் பெண்மணியின் குடும்பத்துக்கும் ஒரு கதை உண்டு. அந்தப் பெண்மணியின் கணவனும் போரில் காணாமல் போயிருக்கிறான். அவன் இறந்துவிட்டதாகச் சுற்றியிருப்பவர்கள் சொல்கிறார்கள். ஆனால் அதை அவள் ஒத்துக் கொள்வதில்லை. அவள் ஒத்துக்கொள்ளும் அடுத்த வினாடி அவளைத் திருமணம் செய்துகொள்ள அவளது கணவனின் சகோதரன் தயாராக இருக்கிறான். ஆனால் அவளுக்கு விருப்பமில்லை. என்றபோதிலும் தொடர்ந்து வற்புறுத்திக் கொண்டிருக்கிறான். இது ஒரு கிளைக்கதை.

துருக்கி வந்தாகிவிட்டது. இனி, எப்படி மகன்களைத் தேடுவது? அடையாளம் தெரியாமல் இறந்துபோன போர் வீரர்களை

'பெயரற்றவர்கள் அல்லது காணாமல்போனவர்கள்' என்ற பெயரில் குவியல் குவியலாக புதைத்துவிடுகிறார்கள். மகன்களின் உடலை தாயின் உடல் புதைக்கப்பட்ட இடத்திற்கு அருகில் புதைப்பது தன்னுடைய நோக்கம் என்று சொல்லி அதிகாரிகளிடம் மன்றாடுகிறார். 'அதெல்லாம் கண்டுபிடிக்கிறது ரொம்பக் கஷ்டம்' என்று சொல்லி ஆரம்பத்தில் யாரும் உதவுவதாகத் தெரியவில்லை. திருட்டுத்தனமாக போர் நடந்த வளைகுடா பகுதிக்கு படகில் செல்கிறார். இவர் வந்து சேர்ந்த பிறகு, அவருடைய மகன்களின் பிணத்தைக் கண்டுபிடித்துத் தருவதற்கு ஒத்துக் கொள்கிறார்கள். மகன்கள் இறந்துபோன இடங்களை நோக்கிப் பயணம் விரிகிறது.

உலகப்போர் சம்பந்தமான திரைப்படங்களில் பெரும்பாலானவை இந்த மாதிரியான கதையம்சத்துடன்தான் இருக்கின்றன. போர் என்பது பெரும் வரலாறு. அதில் லட்சக்கணக்கானவர்களின் வாழ்க்கை புதைந்து மண்ணோடு மண்ணாக மக்கிப் போய்விடுகிறது. அப்படி மக்கிப்போன ஒரு எளிய மனிதனின் வாழ்க்கையை எடுத்து போரின் எதிர்விளைவுகள், அவை தனிப்பட்ட குடும்பங்களில் உருவாக்கக் கூடிய சலனங்கள் என்பனவற்றையெல்லாம் கதையாக்கி நம்மை நெகிழ்ந்துபோகச் செய்வார்கள். அப்படியான படம்தான் The Water Diviner.

அப்பா மகன்கள் உறவு, தாய்ப்பாசம், இறந்துபோன உடல்களை நோக்கிய தேடல் உருவாக்கக்கூடிய த்ரில், எதிர்ப்படும் இடர்பாடுகள், விடுதி பெண்மணிக்கும் நாயகனுக்குமிடையிலான வெளியில் சொல்லப்படாத மென்மையான காதல் என்பவையெல்லாம் படத்தின் பலங்கள் என்றால் நாயகனின் நடிப்பும் விடுதிப் பெண்ணின் விறைத்த உடல் மொழியும் அவளது மகனாக நடித்த சிறுவனின் அப்பாவித்தனமான நடிப்பு போன்றவற்றையும் தூண்கள் எனலாம்.

படத்தில் நம்பமுடியாத காட்சி ஒன்று உண்டு. ஆயிரக்கணக்கான உடல்கள் புதைக்கப்பட்ட மிகப்பெரிய மைதானம் போன்றதொரு போர்க்களத்தில் நீர்மட்டத்தைக் கண்டுபிடிப்பதுபோலவே தனது மகன்கள் புதைக்கப்பட்ட இடத்தையும் கண்டுபிடிக்கிறார். அது மட்டும்தான் நெருடலாக இருந்தது. கண்களை மூடி போரின் இறுதிக் காட்சிகளை மனக்கண்ணில் கொண்டு வந்து நிறுத்தி 'இங்குதான் எனது மகன்கள் புதைக்கப்பட்டார்கள்' என்கிறார். அவர்கள் தோண்டுகிறார்கள். இரண்டு மகன்களின் உடல் சிதிலங்களைக் கண்டுபிடித்துவிடுகிறார்கள். இரண்டு மகன்களின் உடல்கள் சிக்குகின்றன. அப்படியென்றால் இன்னொருவன்? அதுதான் க்ளைமேக்ஸ்.

2014ம் ஆண்டு வெளிவந்த படம் இது.

படத்தின் நாயகன்தான் இயக்குநரும்கூட. இயக்குநராக அவருக்கு இது முதல் படம். ஆரம்பத்தில் சில காட்சிகள் குழப்புவதுபோலத் தோன்றியது. படம் நகரத் தொடங்கும் போது ஒன்றி விடுகிறோம். சிறந்த ஒளிப்பதிவுக்காகவும் காட்சியமைப்புகளுக்காகவும் இந்தப் படத்தை சிலாகிக்க வேண்டும். மிக எளிமையான கதை. நேர்த்தியான படமாக்கம். நல்ல நடிகர்கள் என்று பாராட்டப்பட வேண்டிய படம். அற்புதமான படம் என்று கொண்டாட முடியாது என்றாலும் சிறந்த படம் என்று ஏற்றுக்கொள்வதில் எந்தத் தயக்கமும் இல்லை.

* * *

ஹெலி

(Heli)

கதை சொன்னால் நேர்கோட்டில் சொல்ல வேண்டும் அதுவும் ஒவ்வொரு காட்சிக்கும் தொடர்ச்சி இருக்க வேண்டும் என்றெல்லாம் சிலர் சொல்லியதைக் கேட்டதுண்டு. ஆனால் அப்படியெல்லாம் ஒன்றுமில்லை. துண்டிக்கப்பட்ட காட்சிகளைக் கோர்த்துக் கோர்த்து ஒரு கதையை மிகச் சிறப்பாகச் சொல்லிவிட முடியும் என்பதை சில இயக்குநர்கள் நிரூபித்துவிடுகிறார்கள். அதற்கான உதாரணமாக எல்லி(Heli) ஐச் சொல்லலாம். 2013 ஆம் ஆண்டில் வெளியான மெக்ஸிகன் படம்.

எல்லி இளைஞன். மெக்ஸிகோ நாட்டில் இருக்கும் ஒரு ஆட்டோமொபைல் தொழிற்சாலையில் பணி புரிகிறான். மனைவி குழந்தையோடு ஒரு ஓட்டை வீட்டில் குடியிருக்கிறான். அவர்களுடன் எல்லியின் தந்தையும் தங்கையும் தங்கியிருக்கிறார்கள். மேடு பள்ளமில்லாமல் வாழ்க்கை நகர்ந்து கொண்டிருக்கிறது. எல்லியின் தங்கை பள்ளியில் படித்துக் கொண்டிருக்கும் இளம்பெண். கிட்டத்தட்ட பால்யம் மாறாத பருவம். அவளுக்கு பதினேழு வயதுப் பையனுடன் காதல் மலர்கிறது. அவன் ராணுவத்தில் பயிற்சி பெற்று வருகிறான். அவ்வப்போது எல்லியின் தங்கை எஸ்டெல்லாவிடம் எல்லை மீற முயற்சிக்கிறான். ஆனால் அவள் பயத்தில் ஒத்துழைப்பதில்லை. ‘உன்னைப் பிடிக்கும்... ஆனால் கர்ப்பமாகிடுவனோன்னு பயமா இருக்கு’ என்கிறாள். அப்பொழுது அவளிடம் ஒரு குட்டி நாய் இருக்கிறது.

‘இப்போதைக்கு இந்த நாய்க்குட்டியே போதுமா?’ என்கிறான்.

காதல் இப்படி போய்க் கொண்டிருக்கும் ஒரு சமயத்தில் ‘என்னை கல்யாணம் செஞ்சுக்குவியா?’ என்று காதலன் கேட்க இவள் சம்மதித்துவிடுகிறாள். பணம் வேண்டுமல்லவா?

ARMANDO ESPITIA
LINDA GONZÁLEZ
ANDREA VERGARA
OFFICIAL SELECTION
COMPETITION
FESTIVAL DE CANNES
HELI
A FILM BY AMAT ESCALANTE
EL AMOR ENTRE
DIFICILES DESICIONES

அதற்காக ஒரு பழைய வீட்டில் ஒளித்து வைக்கப்பட்டிருக்கும் போதைப்பொருளைத் திருடி எடுத்து வந்து ஹெலியின் வீட்டு மாடியில் இருக்கும் தண்ணீர்த் தொட்டியில் பதுக்கி வைக்கிறான். அதை விற்று பணம் சேர்த்து எஸ்டெல்லாவை அழைத்துச் சென்று விடுவதாகச் சொல்கிறான். அது இரண்டு பெரிய பொட்டலங்கள். எல்லியின் மனைவி குளித்துக் கொண்டிருக்கும் போது அந்தப் பொட்டலங்கள் தொட்டியின் நீர்ப்பாதையை அடைத்துக் கொள்ள குழாயில் நீர் வருவதில்லை. எல்லி தொட்டியைத் துழாவும்போது கையில் பொட்டலங்கள் சிக்குகின்றன.

மெக்ஸிகோவில் அவ்வப்போது கைப்பற்றப்படும் போதைப் பொருட்கள், திருட்டுப் பொருட்கள் போன்றவற்றை ஓரிடத்தில் குவித்து இராணுவம் எரிக்கிறது. அப்படியொரு சமயத்தில் இரண்டு பொட்டலங்களை ராணுவ அதிகாரி ஒருவர் 'அபேஸ்' செய்து அந்த பழைய வீட்டில் ஒளித்து வைத்திருக்கிறார். அதைத்தான் இவன் அமுக்கி எடுத்து வந்து தண்ணீர்த் தொட்டியில் போட்டு வைக்கிறான். மெக்ஸிகோவில் போதைப் பொருள் வைத்திருப்பதாகத் தெரிந்தால் கதையை முடித்துவிடுவார்கள் என்பதால் அவசர அவசரமாக எல்லி அவற்றை எடுத்துச் சென்று ஒரு கிணற்றில் கரைத்துவிடுகிறான். கடுப்பு தீராமல் வீட்டிற்கு வந்து எஸ்டெல்லாவை பூட்டி வைக்கிறான். இனி, பிரச்சினை எதுவும் இருக்காது என நினைக்கிறான். ஆனால் மோப்பம் பிடித்து வந்து கதவை உடைக்கிறார்கள். கதவை உடைப்பவர்கள் ராணுவ உடையில்தான் இருக்கிறார்கள். எல்லியின் அப்பா தனது நாட்டுத் துப்பாக்கியை எடுக்க எத்தனிக்கும்போது அவரைச் சுட்டு பிணத்தை சாலையில் வீசிவிட்டு எல்லியையும் எஸ்டெல்லாவையும் இழுத்துச் செல்கிறார்கள்.

எல்லி அவர்களிடம் விவரங்களைச் சொல்லி விடுகிறான். அது ராணுவம் இல்லை. உடை மட்டும்தான் ராணுவ உடை. எஸ்டெல்லாவின் காதலன் குறித்த விவரம் தெரிந்த பிறகு அவனை மட்டும் விடுவார்களா? எல்லியையும் எஸ்டெல்லாவின் காதலனையும் ஒரு வீட்டில் கட்டிப் போட்டு ரணகளமாக்குகிறார்கள். ரணகளம் என்றால் எஸ்டெல்லாவின் காதலனின் ஆடைகளை நீக்கிவிட்டு கைகளைமேல் நோக்கிக் கட்டி வைத்து அவனது உடல்மீது சாராயத்தை ஊற்றி நெருப்பை பற்ற வைப்பது வரை. இப்படியான சித்ரவதைகளுக்குப் பிறகு எல்லியைத் தப்பிக்கவிடுகிறார்கள். ஆனால் எஸ்டெல்லாவின் காதலனைக் கொன்றுவிடுகிறார்கள்.

எல்லி திரும்ப வந்த பிறகு அவனுடைய மனம் சஞ்சலத்திலேயே இருக்கிறது. வேலையில் கவனம் செலுத்த முடிவதில்லை. கொலைச் சம்பவம் குறித்து விசாரணை அதிகாரிகளிடம் முழுமையான தகவல்களைக் கொடுக்காமல் மறைக்கிறான். மனைவியுடன் சண்டை பிடிக்கிறான். முன்பிருந்ததைக் காட்டிலும் நிறைய மாறிவிடுகிறான். இவனது செயல்பாட்டில் திருப்தியில்லாமல் வேலையை விட்டும் நீக்கிவிடுகிறார்கள். குழப்பமான சூழலில் விசாரணை அதிகாரிகளிடம் தங்களைக் கடத்திச் சென்றவர்கள் எங்கே ஒளித்து வைத்திருந்தார்கள் என்பதைச் சொல்லிவிடுவதாக அழைக்கிறான். 'இத்தனை நாள் ஏம்ப்பா சொல்லல?' என்று அவர்கள் கேட்கும்போது 'இப்போ சொன்னால் தங்கச்சியைக் கண்டுபிடிச்சு தந்துடுவீங்க என்கிற ஆசைதான்' என்கிறான். 'அந்தக் கேஸை மூடியாச்சு... இனி மறுபடி திறக்கணும்' என்கிறார்கள். அதன்பிறகு திடீரென்று எஸ்டெல்லாவே திரும்ப வந்துவிடுகிறாள். ஆனால் யாரிடமும் பேசுவதில்லை. அவளுக்கு கருக்கலைப்பு நடந்திருக்கிறது. எல்லி மெல்லத் தன் பழைய வாழ்க்கைக்குத் திரும்ப முயற்சிக்கிறான். ஆனால் எஸ்டெல்லா மட்டும் அந்த அதிர்ச்சியிலேயே இருக்கிறாள்.

சமீபத்தில் பார்த்த நல்ல படங்களில் ஒன்று Heli.

முதல் பத்தியில் குறிப்பிட்டதுபோல, படத்தில் பெரும்பாலானவை துண்டிக்கப்பட்ட காட்சிகள். ஒன்றுக்கொன்று தொடர்பற்றவைபோலத் தெரிகிறது. ஆனால் ஒரு இழை மாதிரியான தொடர்புதான் கதையை நகர்த்துகிறது. உதாரணமாக, ஒரு காட்சியில் எல்லி தொழிற்சாலையில் வேலை செய்துகொண்டிருக்கும்போது கிரேன் இயக்கத்தில் தவறு செய்துவிடுகிறான். சூப்பர்வைசர் வந்து கத்திவிட்டுப் போகிறான். அவன் என்ன கத்துகிறான் என்று பார்வையாளர்களுக்கு புரிவதில்லை. எல்லியின் கவனம் சிதறிக் கொண்டிருக்கிறது என்று நம்மால் புரிந்துகொள்ள முடிகிறது. மற்றொரு சமயம் தூரத்தில் நிற்கும் சூப்பர்வைசரை எல்லி உற்று நோக்குகிறான். அப்பொழுது எல்லிக்கும் அவனுக்கும் உறவு சரியில்லை என்று புரிகிறது. இன்னொரு காட்சியில் தன் மனைவியிடம் தனது வேலையைப் பறித்துவிட்டார்கள் என்று சொல்கிறான். இப்படித்தான் படம் கத்தரிக்கப்பட்ட காட்சிகளால் நிரம்பியிருக்கிறது. இதை விவரிக்கும்போது அவ்வளவு சுவாரசியத்தையும் எழுத்திலும் பேச்சிலும் கொண்டுவர முடியுமா என்று தெரியவில்லை. ஆனால் படமாகப் பார்க்கும்போது இந்த

துண்டுச் சித்திரங்கள் உருவாக்கும் கிளர்ச்சியைப் புரிந்துகொள்ள முடியும்.

இன்னொரு முக்கியமான விஷயம் பின்னணி இசை. இசை என்று சொல்ல முடியாது. சப்தங்கள். படம் முழுக்கவும் லைவ் சவுண்ட்தான். பாத்திரங்கள் நடப்பதும் பேசுவதும் ஓடுவதும் படமாக்கத்தின்போது நேரடியாக பதிவு செய்யப்பட்டிருக்கின்றன. அதுவும் பல காட்சிகளில் வித்தியாசப்படுத்தப்பட்டிருக்கிறது. உதாரணமாக, ஒரு காட்சியைச் சொல்ல முடியும். எஸ்டெல்லாவை எங்கே வைத்திருந்தார்கள் என்று எல்லி அவளிடம் கேட்கும்போது அவள் பதில் எதுவும் சொல்வதில்லை. மற்றொரு காட்சியில் அவள் ஒரு ரூட் மேப் வரைந்து கொண்டிருக்கிறாள். அதுதான் அவள் ஒளித்துவைக்கப்பட்டிருந்த இடம் என்பதை படம் பார்க்கிறவர்கள் புரிந்துகொள்ள முடியும். அதைத் தூக்கிக் கொண்டு எல்லி ஓடுகிறான். அவள் அடைக்கப்பட்டிருந்த வீட்டுக்குள் நுழையும் போது ஒருவன் டிவி பார்த்துக் கொண்டிருக்கிறான். அவன் ஜன்னல் வழியாகத் தப்பி ஓடுகிறான். எல்லி துரத்துகிறான். காமிரா வீட்டுக்குள்ளேயே இருக்கிறது. நமக்கு டிவி ஓடும் சப்தம்தான் கேட்கிறது. ஆனால் திரையில் எல்லி அவனைக் கொலை செய்து கொண்டிருக்கிறான். இப்படி, காட்சிக்கு முற்றும் சம்பந்தமில்லாத ஆனால் தொடர்புடைய இசையை ஓடவிடுவது என படம் முழுக்கவுமே கேமிராவுக்கும் பின்னணி இசைக்குமான வித்தியாசமான பந்தத்தை உருவாக்கியிருக்கிறார்கள்.

வழமையான காட்சிப்படுத்துதல், இசையாக்கம் என்பனவற்றிலிருந்து முழுமையாக விலகிய படம் Heli. திரைப்பட ஆர்வலர்கள் கற்றுக் கொள்வதற்கும் பிரியர்கள் உற்சாகமடைவதற்கும் ஏகப்பட்ட வஸ்துக்களை தனக்குள் உள்ளடக்கியிருக்கிறது.

* * *

போகோவி

(Bogowie)

மருத்துவர்களின் மகத்துவத்தை நாம் பெரும்பாலும் உணர்வதில்லை. அதுவும் சமூக ஊடகங்களின் பெருக்கத்திற்குப் பிறகு அவர்களின்மீது ஏதாவதொரு குற்றச்சாட்டை வைத்துக் கொண்டிருக்கிறோம். காசு பறிக்கிறார்கள் என்பதோ, மருத்துவர்கள் எந்திரத்தைப்போல மாறிவிட்டார்கள் என்பதோ நம்முடைய முக்கியமான குற்றச்சாட்டாக மாறியிருக்கிறது. இருபது வருடங்களுக்கு முன்பு வரைக்கும்கூட பொதுவெளி விவாதங்களில் பெரும்பான்மையைப் பற்றித்தான் பேசுவார்கள். பத்து நல்லவர்களுக்கிடையில் ஒரு தீயவன் இருந்தால் தீயவனைத் தவிர்த்துவிட்டு நல்லவர்களைப் பற்றி பேசுவதை கவனித்திருக்கிறேன். இப்பொழுது உல்டா. ஆயிரம் நல்லவர்களுக்கிடையில் ஒரேயொரு தீயவன் இருந்தால் அவனைப் பற்றித்தான் புரட்டியடிப்போம். மற்றவர்களைக் கண்டுகொள்ளமாட்டோம். குறைகளைப் பிரதானப்படுத்தும் Social Media Era!

மருத்துவர்களிலும் அப்படித்தான். விதிவிலக்குகளை மட்டுமே பிரதானப்படுத்திக் கொண்டிருப்பதாகத் தோன்றுகிறது. நெருங்கிய உறவொன்று மருத்துவமனையின் ஐசியூவுக்குள் கிடக்க, வெளியில் காத்திருக்க வேண்டிய தருணத்தில் உணர முடியும் மருத்துவர்களின் மகத்துவத்தை. அதைப்போன்ற வேதனை நிறைந்த நேரம் என்று வேறு எதையும் சொல்ல முடியுமா என்று தெரியவில்லை. மருத்துவத்துறை எவ்வளவோ வளர்ச்சியடைந்துவிட்டது. இருந்தாலும் மருத்துவமனைக்குள் நம்முடைய பதற்றங்கள் தணிவதேயில்லை. அவர்கள் கை வைப்பது ரத்தமும் சதையுமான நம்முடைய உறவல்லவா? விபத்து, காய்ச்சல் என்பதெல்லாம் இருக்கட்டும். உறுப்பு மாற்று அறுவை சிகிச்சையின்போது காத்திருப்பவர்களின் மனநிலை எவ்வாறு இருக்கும்? அதுவே, இருதய மாற்று அறுவை சிகிச்சை என்றால்! கரணம் தப்பினால் மரணம்.

TOMASZ KOT
JAKO ZBIGNIEW RELIGA
BOGOWIE
W KINACH

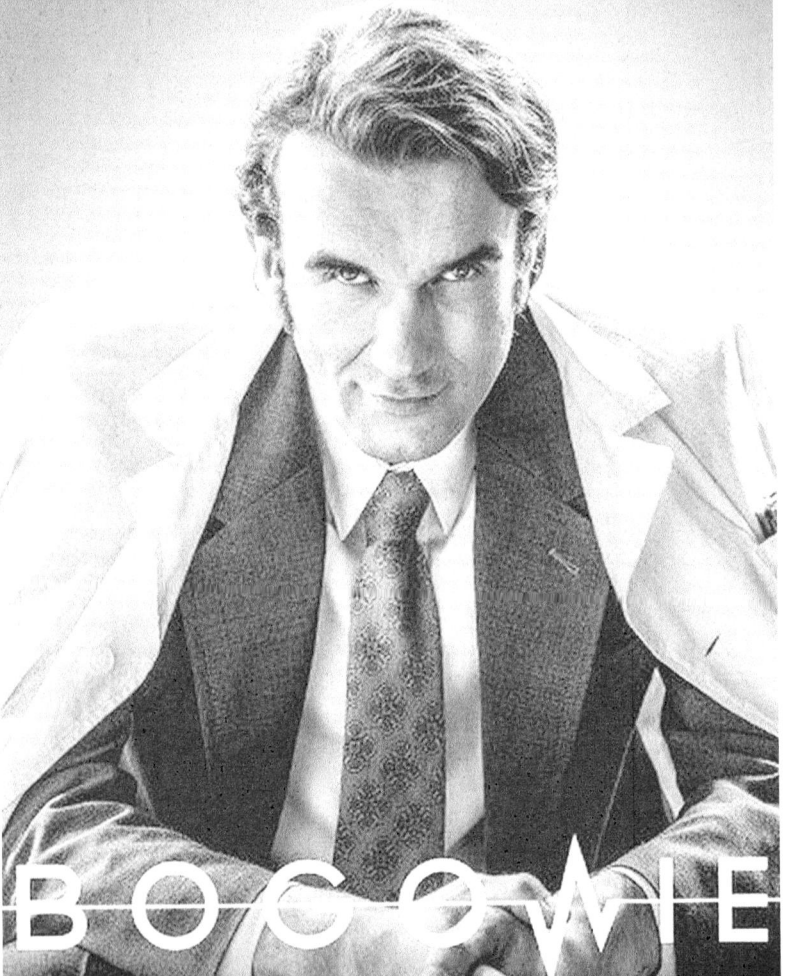

முப்பது வருடங்களுக்கு முன்பாக போலந்து நாட்டில் இருதய அறுவை சிகிச்சைக்கு அவ்வளவு சீக்கிரம் அனுமதி கிடைக்காது. போலந்து நாட்டில் மட்டுமல்ல; உலகம் முழுக்கவுமே அப்படித்தான். இருதய மாற்று அறுவை சிகிச்சையெதுவும் வெற்றிகரமாக நிரூபிக்கப்படாத சமயம் அது. அங்கொன்றும் இங்கொன்றுமாக செய்தி வருவதோடு சரி. இந்தச் சூழலில் ரெலிகா என்றொரு மருத்துவர் துணிந்து சில இருதய அறுவை சிகிச்சைகளைச் செய்தார். முதல் சில அறுவை சிகிச்சைகள் தோல்விதான். இருதய சிகிச்சையில் தோல்வி என்றால் பரலோக பதவிதான்! நோயாளிகள் இறந்து போகிறார்கள். ஆனால் தொடர் முயற்சியில் வெற்றியடைகிறார். இடையில் அவர் சந்தித்த எதிர்ப்புகளும் தடைகளும் வெளியில் தெரியாதவை. சிரமப்பட்டுத்தான் தடைகளை உடைத்திருக்கிறார். அந்த ரெலிகாவின் கதையை அடிப்படையாகக் கொண்டு போலிஷ் மொழிப் படம் ஒன்று வந்திருக்கிறது. Bogowie.

எண்பதுகளில் நடக்கும் கதை. நடிகர்களின் கிராப்பிலிருந்து பயன்படுத்தும் கார் வரைக்கும் அந்தக் காலகட்டத்திற்கு ஏற்ப தேர்ந்தெடுத்திருக்கிறார்கள். ரெலிகாவாக நடித்திருப்பவர் அட்டகாசப்படுத்தியிருக்கிறார் என்று தயங்காமல் சொல்லலாம். நெடுநெடுவென்று உயரம். தலையைச் சாய்த்தபடி நடப்பதும், சிரத்தையேயில்லாமல் சிகரெட் பிடிப்பதும், படு இயல்பாக நோயாளியின் நெஞ்சைக் கிழிப்பதுமாக ஒரு ஐரோப்பிய மருத்துவரைக் கண்முன்னால் நடமாடச் செய்கிறார்.

ஆரம்பத்தில் ரெலிகா ஒரு மருத்துவமனையில் வேலை செய்கிறார். அது போலந்து தலைநகரம் வார்ஸாவில் இருக்கிறது. ஆனால் மருத்துவமனையின் தலைமை மருத்துவர் எந்த முடிவையும் துணிந்து எடுப்பதில்லை. எல்லாவற்றிலும் ஒரு தயக்கமும் பயமும் அவருக்கிருக்கிறது. ரெலிகா அவருக்கு அப்படியே எதிர்ப்பதமாக இருக்கிறார். எல்லாவற்றிலும் துணிந்து அடிக்கிறார். சடாரென்று நோயாளியின் இருதயத்தை மாற்றி வைக்க வேண்டும் எனக் கேட்கிறார். அதிர்ச்சியடையும் தலைமை மருத்துவர் 'நான் இருக்கிறவரைக்கும் அனுமதிக்க மாட்டேன்' என்கிறார். ரெலிகாவுக்கு பயங்கரக் கடுப்பு. இந்தச் சமயத்தில் வார்ஸாவிலிருந்து சற்றுத் தள்ளியிருக்கும் ஒரு நகரத்தில் இருதய சிகிச்சைக்கான மருத்துவமனை தயாராகிக் கொண்டிருக்கிறது. 'தலைமை மருத்துவராகச் செல்ல உங்களுக்கு விருப்பமா?' என்கிறார்கள். வேண்டாம் என்று சொல்லும் மனைவியை முறைத்துவிட்டு

அந்த ஊருக்குச் செல்வதற்கான சம்மதத்தைத் தெரிவிக்கிறார். அங்கு சென்றபிறகுதான் தெரிகிறது – அது ஒரு வசதியுமில்லாத மருத்துவமனை என்று. அப்பொழுதுதான் கட்டட வேலை நடந்து கொண்டிருக்கிறது. அதுவும் சோப்பலாங்கித்தனமாக படு மெதுவாக வேலை நடக்கிறது. அதற்குள் ரெலிகாவுடன் வேலை செய்வதற்காக புது ஆட்கள் ஒவ்வொருவராக வந்து சேர்கிறார்கள். அனுபவமில்லாத மருத்துவ அணி தயாராகிவிட்டது. ஆனால் மருத்துவமனையைக் கட்டி முடிப்பதற்கான நிதி ஆதாரம்தான் இல்லை. ரெலிகா அலைந்து திரிந்து பணத்தை தயார் செய்கிறார்.

பணம் தயாரான பிறகு தன்னுடைய அணியை வைத்தே மருத்துவமனையைத் தயார் செய்கிறார். ஆண் மருத்துவர்கள் டைல்ஸ் ஒட்டுகிறார்கள். செவிலியர்கள் கண்ணாடிகளைக் கழுவி சுத்தம் செய்கிறார்கள். மருத்துவமனை தயாராகிறது. அடுத்தது நோயாளிகளுக்கு தேவையான இருதயத்தை வழங்கக் கூடிய மூளைச்சாவடைந்த நன்கொடையாளர்களைத் தேடுவதும், அவர்களின் உறவினர்களிடம் அனுமதி வாங்குவது என்று இன்னொரு அலைச்சல். இதெல்லாம் ஒத்துவந்த பிறகு அறுவை சிகிச்சை. தொடர்ந்து ஒன்றிரண்டு தோல்விகளும் அதன் பிறகான வெற்றியும் ரெலிகாவை உலகின் மருத்துவ வரலாற்றில் அழிக்கவியலாத இடம் பெறச் செய்கின்றன. இதற்கிடையில் அவர் சந்திக்கும் விசாரணைக் கமிஷன்களும் எதிர்கொள்ளும் விமர்சனங்களுமாக படம் நகர்கிறது.

2014ம் ஆண்டில் வெளிவந்த படம் இது. இரண்டரை மணி நேரப் படம் என்பதால் பெரிய எதிர்பார்ப்பில்லாமல்தான் பார்க்கத் துவங்கியிருந்தேன். ஆனால் சிலிர்க்கச் செய்துவிட்டார்கள். படத்தில் செண்டிமெண்ட் உண்டு; நகைச்சுவை உண்டு ஆனால் எதுவுமே துருத்திக் கொண்டு நிற்பதில்லை. இருதயம் செயலிழந்து இறந்துபோகும் சிறுமியும் அவளுடைய கடைசி உரையாடலும் நெகிழச் செய்கின்றன என்றால் பைக் விபத்தில் மூளைச் சாவை அடையும் இளைஞனின் அம்மாவும் அப்பாவும் கண்ணீர் கசிய வைக்கிறார்கள்.

புதிய மருத்துவமனையின் முதல் அறுவை சிகிச்சையை நடத்தித் தருவதற்கு தனது பழைய தலைமை மருத்துவரை ரெலிகா அழைக்கிறார். 'இந்த மாதிரி சிம்பிளான ஆபரேஷனை செய்யறதுக்கெல்லாம் என்னைக் கூப்பிடாதீங்க... இந்த ஆபரேஷனையெல்லாம் பேஷண்ட்டேகூட செஞ்சுக்கலாம்... அவ்வளவு ஈஸி' என்று நெஞ்சில் கத்தியை வைக்கிறார். மின்சாரம்

போய்விடுகிறது. black humour காட்சி அது. 'இதயத்தை மாத்தினா என் புருஷன் என்னை மறந்துடுவானா?' என்று கேட்கும் பெண்ணுக்கும் படத்தில் இடம் உண்டு. அவசரத் தேவைக்காக பன்றியின் இருதயத்தை எடுத்துக் கொள்ளலாம் என்று ரெலிகா சொல்ல, பன்றியோடு போராடும் உதவி மருத்துவர்களும் படத்தில் உண்டு. அறுவை சிகிச்சையின்போது நோயாளியின் இதயத்தை எடுத்துவிட்டு புதிய இதயத்தை வைக்கும் இடைப்பட்ட நேரத்தில் 'இப்போ இவன் heartless' என்று சிரிப்பே வராத ஆனால் அர்த்தம் பொதிந்த ஜோக்கை ரெலிகா உதிர்க்கிறார். இப்படி படம் முழுக்கவுமே சுவாரசியங்களை நிறைத்து வைத்திருக்கிறார்கள்.

இதை, ஒரு தனிமனிதனின் வாழ்க்கை சார்ந்த படம் என்று சொல்லிவிட முடியாது. ஒரு மருத்துவ வரலாற்றின் படம். அதை இவ்வளவு சுவாரசியமாகவும் பார்வையாளனைப் பிணைக்கும்படியும் படமாக்கியிருப்பது பெரிய விஷயம். மருத்துவம் சார்ந்த உலகத் திரைப்படங்களில் இந்தப் படத்துக்கு நிச்சயமான இடம் உண்டு. திரைக்கதையும் இசையும் நடிப்பும் கலந்துகட்டி ஒரு அற்புதமான அனுபவத்தைக் கொடுத்திருக்கிறார்கள்.

படத்தின் பெயருக்கு கடவுள் என்று அர்த்தமாம். மிகச் சரியாக வைத்திருக்கிறார்கள்.

* * *

ரன் ஆல் நைட்

(Run all night)

'Run all night *பார்த்தீங்களா?'* என்று அலுவலக நண்பர் கேட்டபோது பார்த்திருக்கவில்லை. 'சமீபத்தில் வந்த படம். தவிர்க்கக்கூடாத படம்' என்றார். 2015ம் ஆண்டு வந்த படம்தான்.

படத்தின் கதையை ஒற்றை வரியில் மிகச் சுலபமாகச் சொல்லிவிடலாம். அப்பனும் மகனும் ஓர் இரவு முழுவதும் காவல்துறையிடமிருந்தும் ஒரு தாதாவிடமிருந்தும் தப்பிப்பதற்காக எப்படி ஓடுகிறார்கள் என்பதுதான் கதை. இந்த ஒற்றை வரியில் சிண்டுகளைச் சேர்த்து திரைக்கதையைச் செதுக்கி கிட்டத்தட்ட இரண்டு மணி நேரம் வார்த்தெடுத்து பார்வையாளனை கட்டிப் போட்டுவிடுகிறார்கள். கட்டிப் போட்டுவிடுகிறார்கள் என்று போகிறபோக்கில் சொல்லவில்லை.

ஒரு ஐம்பது வயது மதிக்கத்தக்க ஆள் குண்டு அடிபட்டுக் கிடக்கிறார். அவர் தனது கதையை ஈனஸ்வரத்தில முனகுகிறார். அப்பொழுதிலிருந்து பதினாறு மணி நேரங்களுக்கு முன்பாக படம் ஆரம்பிக்கிறது. அந்த மனிதருக்கு ஊரிலேயே மிகப்பெரிய தாதாவுடன் நல்ல நட்பு இருக்கிறது. அந்த தாதா, ஒரு காலத்தில் போதைப்பொருளைக் கடத்தும் வேலையைச் செய்தவர். தாதாவுக்கு மகன் உண்டு. அவன் இன்னொரு போதைப்பொருள் கடத்தும் கும்பலுடன் தொடர்பில் இருக்கிறான். 'எங்கப்பாகிட்ட சொல்லுறேன்... உங்க சரக்கை அவர் மாத்தித் தருவார்' என்று சொல்லி பெரிய தொகையாக வாங்கிக் கொள்கிறான். நம்பிக்கையோடு அந்தக் கும்பலை தன் அப்பாவிடம் அழைத்தும் செல்கிறான். தாதா கைவிரித்துவிடுகிறார். 'அந்த வேலையை எப்பவோ விட்டுவிட்டேன்' என்று சொல்லிவிடுகிறார். கடுப்பாகும் கும்பல் மகனிடம் கொடுத்த பணத்தை திரும்பக் கேட்கிறது. அவனுக்கு மாலை வரை நேரம் கொடுத்துவிட்டுச் செல்கிறார்கள்.

LIAM NEESON
RUN ALL NIGHT
JOEL KINNAMAN COMMON AND ED HARRIS
NO SIN GOES UNPUNISHED

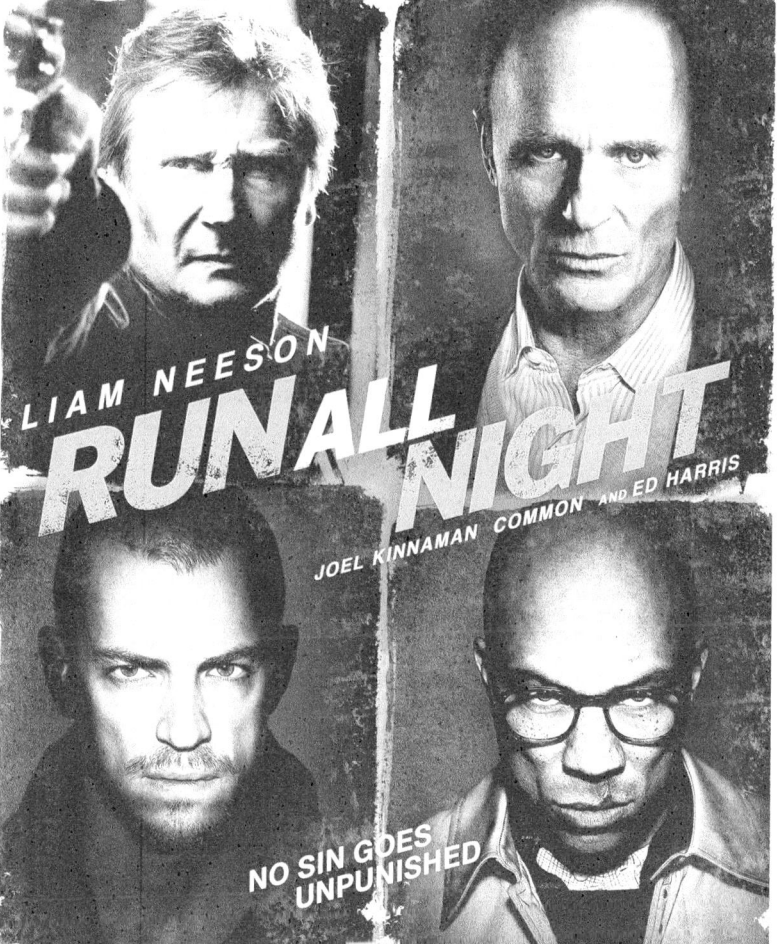

மாலையில் கும்பல் திரும்ப வருகிறது. ஒரு வாடகைக் காரில் வருகிறார்கள். வாடகைக்காரின் டிரைவராக வருபவனின் அப்பாதான் முதல் காட்சியில் குண்டடிபட்டுக் கிடப்பவர். இந்தக் கதை ஃப்ளாஷ்பேக்கில் நடக்கிறது. மாலையில் வரும் கும்பலை தாதாவின் மகன் சுட்டுக் கொன்றுவிடுகிறான். அதை டிரைவர் பார்த்துவிடுவதால் அவனையும் போட்டுத்தள்ள துரத்துகிறான். டிரைவரை துரத்திக்கொண்டே வருகிறான். சுடப்போகும் தருணத்தில் டிரைவரின் அப்பா தாதாவின் மகனை சுட்டுக் கொன்றுவிடுகிறார். அதோடு நில்லாமல் தாதாவை அழைத்து சொல்லியும் விடுகிறார். தாதாவுக்கு அழுகை பொங்குகிறது. 'எம்பையனுக்கு என்ன நடந்ததோ அது உம் பையனுக்கும் நடக்கும்' என்று கறுவ 'அதுக்கு நான் விட்டுவிடுவேனா?' என்று இவர் முறைக்க படம் ஓட்டம் பிடிக்கிறது. விறுவிறுப்பான படம்.

போதைக் கும்பல் கொல்லப்பட்ட இடத்தில் இருந்த தடயங்களை மாற்றி கொலைப்பழி டிரைவர்மீது விழும்படி தாதா ஏற்பாடு செய்கிறான். இரண்டு போலீஸாரை வளைத்து டிரைவர்மீது குற்றம் இறுகும்படி பார்த்துக் கொள்கிறான். அந்தப் போலீஸ்காரர்கள் டிரைவரை முரட்டுத்தனமாக இழுத்துச் செல்லும்போது டிரைவரின் அப்பா ஒரு காரை எடுத்துக் கொண்டு துரத்துகிறார். ஊரே வேடிக்கை பார்க்கிறது. இப்படி காட்சிகளும் சாட்சிகளும் இவர்களுக்கு எதிராக அமைகின்றன. போலீஸ்காரர்கள் விடுவார்களா? அதுவும் அமெரிக்க போலீஸ். இரண்டு பேரையும் குறிவைத்துத் துரத்துகிறார்கள். போலீஸார் ஒரு பக்கம் துரத்த தாதாவோ தன் பங்குக்கு ஒரு கொலைகாரனை அழைத்து அப்பனையும் மகனையும் வீசச் சொல்கிறான். 'முதலில் மகனைக் கொல்ல வேண்டும்' என்பதுதான் நிபந்தனை. மகனை இழந்து 'தான் பெற்ற வேதனை பெறுக தன் நண்பனும்' என்று நினைக்கிறான். கொலைகாரன் வெறித்தனமாக துப்பாக்கியை எடுத்துக் கொண்டு துரத்துகிறான்.

ஒன்றைக் குறிப்பிட்டாக வேண்டும்: டிரைவருக்கும் அவனுடைய அப்பாவுக்குமான உறவு, சாதாரண அப்பா மகன் உறவைப் போன்றில்லை. அப்பன் சட்டத்திற்குப் புறம்பானவன் என்று மகனுக்குத் தெரியும். அதனால் சிறு வயதிலிருந்தே அப்பனைப் பிடிப்பதில்லை. இப்பொழுதும் பிடிப்பதில்லைதான். ஆனால் 'இந்த ஒரு ராத்திரி மட்டும் நான் சொல்லுறதைக் கேளு' என்று அப்பா சொல்வதற்கு செவி மடுக்கிறான். ஓடுகிறார்கள். ஓடிக்கொண்டேயிருக்கிறார்கள். இரவு முழுக்கவும் ஓடுகிறார்கள்.

அதுதான் படத்தின் டைட்டில் Run all night. இந்தச் சிக்கலில் இருந்து எப்படித் தப்பிப்பது என்று இருவருக்குமே தெளிவாகத் தெரியவில்லை. ஆனால் ஒரு வாய்ப்பிருக்கிறது. தாதாவின் மகன் போதைக் கும்பலைச் சுடும்போது டிரைவரின் காருக்குள் அவனுடைய நண்பனான ஒரு சிறுவன் அமர்ந்து பேசிக் கொண்டிருக்கிறான். துப்பாக்கிச் சூட்டை அவன் படமும் எடுத்து வைத்திருக்கிறான். அவனைப் பிடித்தால் ஏதாவது காரியம் ஆகக்கூடும் என்று அந்த இரவில் அவனைத் தேடி அப்பனும் டிரைவரும் செல்கிறார்கள். பெரிய அபார்ட்மெண்ட் அது. அந்த அடுக்குமாடிக் குடியிருப்பில்தான் அந்தச் சிறுவன் இருக்கிறான் என்று தெரியும். ஆனால் எந்த வீடு என்று சரியாகத் தெரியாது. நிறைய வீடுகளைத் தட்டுகிறார்கள். இவர்களின் முகங்களைத்தான் தொலைக்காட்சிகளில் காட்டிக் கொண்டிருக்கிறார்களே! இவர்கள் உள்ளே நுழைந்ததும் ஒரு கிழவி காவல்துறைக்குத் தகவல் தந்துவிடுகிறாள். 'அமுக்கிவிடலாம்' என்று காவல்துறை கட்டடத்தைச் சூழ்ந்து கொள்கிறது. இதுவொரு பிரமாண்டமான காட்சிதான் என்றாலும் சற்று அதீத மிகைப்படுத்தலாக இருப்பது மட்டும்தான் படத்தின் ஒரே பலவீனம். ஆனால் வழக்கமான ஹாலிவுட் படங்களில் இருக்குமளவுக்கு 'பில்ட் அப்' இல்லை என்பதையும் ஒத்துக்கொண்டுதான் ஆக வேண்டும்.

தப்பித்து ஓடுகிறார்கள். ஓடும்போது தாதா அனுப்பி வைத்த கொலைகாரனையும் சுட்டுத் தள்ளுகிறார்கள். அவனும் இவர்களைத் தேடித்தான் வந்திருக்கிறான். இனி, தாதாவைக் கொன்றுவிட்டால் பிரச்சினையிலிருந்து தப்பித்துவிடலாம் என்று அப்பன்காரன் நினைக்கிறான். தனது மகனை அழைத்து அவனது மனைவியும் குழந்தைகளும் இருக்கும் இடத்திற்குச் போகச் சொல்கிறான். ஏற்கனவே அவர்களை வேறொரு இடத்துக்கு அனுப்பி வைத்திருக்கிறார்கள். டிரைவர் அவர்களிடம் போய்ச் சேர்ந்து காவல்துறையை அழைத்து அத்தனை விவரங்களையும் சொல்லிவிடுகிறான். அவர்கள் அந்த இடத்துக்கு வருவதாகச் சொல்கிறார்கள். இந்தச் சமயத்தில் அப்பன்காரன் தாதாவைக் கொன்றுவிடுகிறான். எல்லாம் முடிந்துவிட்டது என்ற நம்பிக்கையில் தனது மகனும் அவனது குடும்பமும் இருக்குமிடத்திற்கு அப்பன் வந்து சேர்கிறான். தானும் சரணடைய விரும்புவதாகச் சொல்லிக்கொண்டிருக்கும்போது இவர்கள் சுட்டுத் தள்ளினார்கள் அல்லவா? தாதாவின் கொலை ஆள். அவன் அப்பனைச் சுட்டுவிடுகிறான். அவன் செத்திருக்கவில்லை. அப்பன் சுருண்டு விழுந்தபிறகு டிரைவரையும் அவனது

குடும்பத்தையும் துரத்துகிறான். குண்டடிபட்டுக் கிடக்கும் இந்த அப்பன்தான் முதற்காட்சியில் குண்டடிபட்டுக் கிடக்கும் ஐம்பது வயது மதிக்கத்தக்க ஆள். படம் எங்கு ஆரம்பிக்கிறதோ அந்தக் காட்சியில் வந்து நிற்கிறது.

அவர்தான் ஈனஸ்வரத்தில் தனது கதையை முனகிக் கொண்டிருக்கிறார். இனி என்ன ஆகும்? அதுதான் க்ளைமேக்ஸ்.

படபடவென்று வெகு வேகமாக நகரும் திரைக்கதை மிகப்பெரிய பலம் என்றால் இசையும் காட்சியமைப்புகளும் தூள் கிளப்பியிருக்கின்றன என்றுதான் சொல்ல வேண்டும். அப்பன் மகன் உறவு, டிரைவரும் அவனைப் புரிந்துகொள்ளாத மனைவி போன்ற துணைக்கதைகள் ஒருபக்கம் கதையின் வலுவைக் கூட்டும்போது பெரும்பாலான நடிகர்களின் மிகையில்லாத நடிப்பும் இரவுக் காட்சிகளும் இன்னொரு பக்கம் படத்தைத் தூக்கி நிறுத்துகின்றன.

வழக்கமாக படங்களை இரவு நேரத்தில் பார்த்துவிட்டு அதோடு விட்டுவிடுவேன். இந்தப் படத்தை விடிந்தவுடன் இரண்டாவது முறையும் பார்த்தேன். ஆக்‌ஷன் படப் பிரியர்களுக்கு இந்தப் படம் மிகச் சிறந்த அனுபவமாக இருக்கும் என்று தைரியமாகச் சொல்லலாம்.

* * *

டிம்புக்டு

(Timbuktu)

ஐ.எஸ் தீவிரவாதிகள் தங்கள் கட்டுப்பாட்டில் உள்ள பகுதிகளில் என்ன மாதிரியான அழிச்சாட்டியங்களைச் செய்கிறார்கள் என்பதை விளக்கும் சலனப்படம் ஒன்று யூடியூப்பில் கிடைத்தது. தங்களின் ஆதிக்கத்திற்குள் வரும் பகுதிகளில் இருக்கும் பழங்கால நினைவுச் சின்னங்களை அழிப்பதிலிருந்து சாமானியர்களுக்கும் எதிரிகளுக்கும் மிகக் குரூரமான தண்டனைகளை வழங்குவது வரையிலானவற்றைக் காட்சிப்படுத்திய சலனப்படம் அது. முட்டாள்களிடம் ஆயுதமும் அதிகாரமும் கிடைத்தால் என்ன நடக்கும் என்பதை அப்பட்டமாக்கியிருந்த அந்தக் காட்சிகளைப் பார்த்துவிட்டு இந்த ஐ.எஸ் தீவிரவாதிகளைப் பற்றிய திரைப்படங்கள் ஏதேனும் வந்திருக்கிறதா என்று தேடிக்கொண்டிருந்தபோது 'டிம்புக்டு' என்ற படம் கிடைத்தது. டிம்புக்டு(Timbuktu) பழங்கால நகரம். மேற்கு ஆப்பிரிக்காவிலிருக்கு ஒரு நகரத்தின் பெயர் இது. வரலாற்றுச் சிறப்புவாய்ந்த நகரமும்கூட. இப்பொழுது அப்படியில்லை. சிதைந்து போயிருக்கிறது. வறுமையின் வறட்சி.

இந்த நகரம்தான் கதை நடக்கும் இடம். முதல் காட்சியில் மான் ஒன்று வேகமாக ஓடி வருகிறது. ஜீப்பில் துப்பாக்கியை ஏந்தியபடி சுட்டுக்கொண்டே வரும் தீவிரவாதிகளிடமிருந்து அது மூச்சுவாங்க ஓடித் தப்பிக்கிறது. அந்தத் தீவிரவாதிகள் மணற்பாங்கான பாலை நிலத்தில் இருக்கும் பழங்காலச் சின்னங்களைச் சுட்டு வீழ்த்துவதாக படம் ஆரம்பிக்கிறது. ஊர் முழுவதும் மணல்தான். ஒரேயொரு இடத்தில் குளம் இருக்கிறது. அந்தக் குளத்தில் ஒரு மீனவன் இருக்கிறான். இளைஞன். அவன் வலைகளை விரித்து மீன்கள் சிக்குவதற்காகக் காத்திருக்கிறான். ஆனால் அவன் படத்தின் நாயகன் இல்லை. நாயகனுக்கு மாடு மேய்ப்பதுதான் தொழில். எட்டு மாடுகள் வைத்திருக்கிறான். அவனுடைய பக்கத்து வீட்டுக்காரர்கள் எல்லாம் தீவிரவாதிகள்

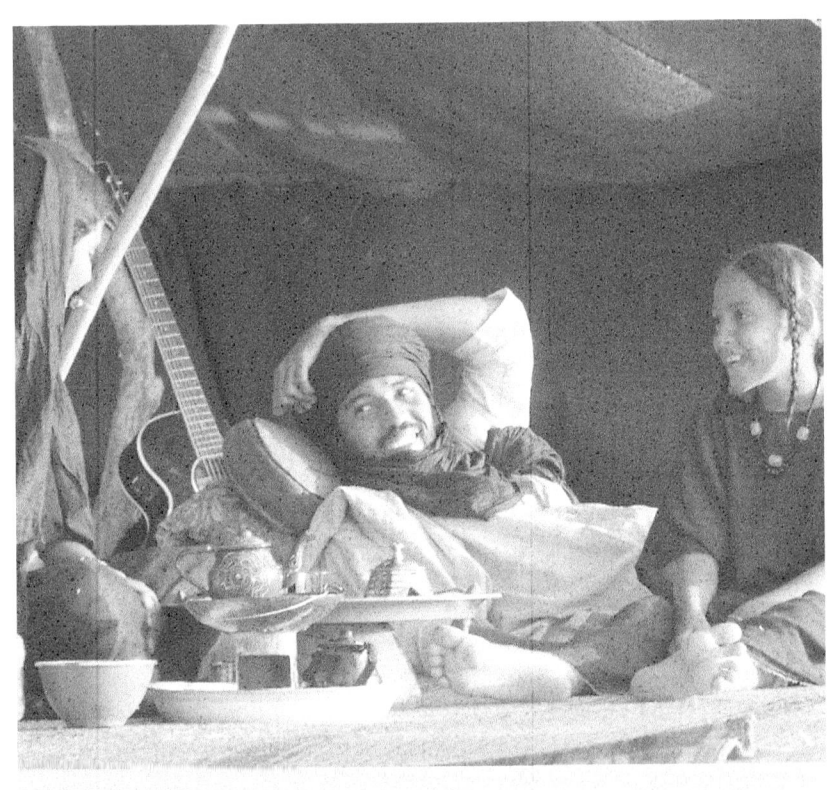

Timbuktu

வந்தபிறகு வெகுதூரத்திற்குச் சென்றுவிட்டார்கள். இவன் மட்டும் தனது குடும்பத்தோடு மனைவி, பனிரெண்டு வயது மகளுடன் பாலை நிலத்தில் டெண்ட் அடித்து குடியிருக்கிறான். இவனது மாடுகளை ஒரு சிறுவன் பார்த்துக் கொள்கிறான்.

பிரச்சினை இந்த மாடுகளால் வருகிறது. மேய்ந்துவிட்டு நீர் அருந்தச் செல்லும் மாடுகளில் ஒன்று, தண்ணீருக்குள் இறங்கி மீன் வலையை அறுத்துவிடுகிறது. சிறுவன் தடுக்க முயற்சிக்கிறான். ஆனால் ஓடுகிற மாட்டை தடுக்கவா முடியும்? மீனவன் கோபத்தில் ஒரு கூரான குச்சியை எடுத்து மாட்டின்மீது எறிய அது, அந்த இடத்திலேயே செத்துப் போய்விடுகிறது. பையன் அழுதுகொண்டே ஓடிச் சென்று முதலாளியிடம் சொல்கிறான். அவன் கோபம் பொங்க வர, இப்பொழுது என்ன நடக்கும் என்று யூகித்திருப்பீர்கள் அல்லவா? அதேதான். மீனவனின் ஆயுள் முடிந்துவிடுகிறது. அவனைக் கொல்ல வேண்டும் என்றெல்லாம் மாட்டுக்காரன் நினைத்திருக்கவில்லை. இருவரும் ஆள் மாற்றி ஆள் தள்ளிக் கொள்கிறார்கள். அதில் மீனவன் விழுந்து முடிந்து போகிறான்.

ஏற்கனவே ஊரில் ஷரியா சட்டத்தைக் கொண்டு வந்து ஐ.எஸ்- காரர்கள் அட்டகாசம் செய்து கொண்டிருக்கிறார்கள். ஊரில் இசை இருக்கக்கூடாது. மீறிக் கேட்டால் கசையடி. பெண்களின் கைகள்கூட வெளியே தெரியக்கூடாது. தெரிந்தால் கைது. காதலிக்கக்கூடாது. காதலித்தால் கல்லால் அடித்துக் கொல்வது என்று வரிசையான கட்டுப்பாடுகள். இந்த லட்சணத்தில் கொலை செய்தால் விட்டுவைப்பார்களா? மாட்டுக்காரனை கைது செய்து அழைத்துச் செல்கிறார்கள். வழக்கு நீதிபதியின் முன்பாக வருகிறது. நீதிபதியென்றால் கருப்பு கவுன் அணிந்த நீதிபதியில்லை. பள்ளிக்கூட வகுப்பறை மாதிரி ஒரு அறை. அதில் பெஞ்ச் போட்டு ஒருவர் அமர்ந்திருக்கிறார். அவர்தான் நீதிபதி. மொழிபெயர்ப்புக்கு ஒரு உதவியாள். அப்புறம் குற்றவாளி. விசாரணை நடக்கிறது. 'எனது மகளை நினைத்தால்தான் வருத்தமாக இருக்கிறது..., உங்களுக்கு குழந்தைகள் இருக்கிறார்களா?' என்றெல்லாம் பேசிப் பார்க்கிறான். எதுவும் ஒத்து வருவதில்லை. தண்டனையாக நாற்பது மாடுகளைக் கொடுக்க வேண்டும் என்று நீதிபதி கேட்கிறார். செத்துப்போன மாடு தவிர்த்து இப்பொழுது ஏழு மாடுகள்தான் அவனிடம் இருக்கின்றன. அதனால் அதற்கு வாய்ப்பில்லை. ஆனால் அதைத் தவிர இன்னொரு வாய்ப்பு இருக்கிறது. இறந்துபோனவனின் குடும்பம் மன்னிப்பு வழங்கினால்

தப்பித்துவிடலாம். மீனவனின் குடும்பத்தை அழைத்து வைத்துக் கேட்கிறார்கள். மீனவனின் அம்மா மன்னிக்க மறுத்துவிடுகிறாள்.

மாட்டுக்காரனின் மனைவியும் மகளும் அநாதைகளாகப் போகிறார்கள். பனிரெண்டு வயதுக் குழந்தை திக்குத் தெரியாமல் திணறிப் போகிறாள். துவக்கத்திலிருந்தே மாட்டுக்காரனின் மனைவிமீது அந்த ஐ.எஸ் குழுவின் முக்கியப் பிரமுகருக்கு ஒரு கண். அவள் அவனுக்கு சம்மதம் சொன்னால் தப்பிக்க வாய்ப்பிருக்கிறது. கணவனின் உயிர் ஊசலாடிக் கொண்டிருக்கிறது. அவளது கனவுகளில் நாற்பது மாடுகள் வந்து போகின்றன. வேறு வழியில்லை. துணிந்து அந்த முக்கியப் பிரமுகருக்கு ஃபோன் செய்கிறாள். ஆனால் இவள் அழைத்த நேரத்தில் கிட்டத்தட்ட தீர்ப்பு எழுதப்பட்டுவிட்டது. இனிமேல் தன்னால் குற்றவாளியைக் காப்பாற்ற முடியாது என்று சொல்லிவிடுகிறான். இனி, மரணம் மட்டும்தான் ஒரே கதி. மாட்டுக்காரன் தனது மனதை தயார் செய்து கொள்கிறான். மரணம் பற்றிய பயம் எதுவுமில்லையென்றும் தனது மகளுக்காகத்தான் வருந்துகிறேன் என்று திரும்பத் திரும்பச் சொல்கிறான்.

அவனை மரண மேடைக்கு அழைத்துச் செல்கிறார்கள். தீவிரவாதிகளில் ஒருவன் தனது இருசக்கர வாகனத்தில் மாட்டுக்காரனின் மனைவியை அழைத்து வருகிறான். க்ளைமேக்ஸ் சில வினாடிகளில் முடிந்துவிடுகிறது. க்ளைமேக்ஸ் காட்சி முடிந்த பிறகு மாட்டுக்காரனின் மகள் பாலைவனத்தில் ஓடுகிறாள். முதல் காட்சியில் ஓடிய அதே மான் மூச்சுவாங்க ஓடுகிறது. படம் முடிகிறது.

ஒன்றரை மணி நேரம்தான் படம். படத்தின் இசையும் காட்சிப்படுத்துதலும் துருத்தல் இல்லாத நடிப்பும் கதைக்களத்தின் பின்னணியும் மிகச் சிறந்த படமாக மாற்றியிருக்கின்றன. மிக எளிய மனிதர்கள். எந்தவிதச் சிக்கலுமில்லாத வாழ்க்கையை வாழ்ந்து கொண்டிருக்கிறார்கள். தங்களைச் சுற்றிலும் நிகழும் அதிகாரப் போட்டியும் தம்மீது விதிக்கப்படும் கட்டுப்பாடுகளும் அந்த எளிய மனிதர்களுக்குள் மன அழுத்தத்தை உருவாக்குகின்றன. அவர்களின் வாழ்க்கை முறை வெகுவாக மாறிப் போகிறது. இந்த அழுத்தம் அவர்களைக் கொஞ்சம் கொஞ்சமாக மாற்றுகிறது. அடுத்தவன் மீதான உக்கிரம் கொலையில் முடிகிறது. சட்டமும் வாயைத் திறந்து காத்திருக்கிறது. விழுகிறவனை அப்படியே விழுங்குகிறது. அதைத்தான் இந்தப் படம் பிரதானப்படுத்துவதாகத் தோன்றுகிறது.

படத்தில் அரபி, ஃப்ரெஞ்ச் உட்பட நான்கு மொழிகளில் பேசுகிறார்கள். அதனால் சப்டைட்டில்தான் கை கொடுக்கிறது. படத்தின் முக்கியமான அம்சமே ஒரு நேர்கோட்டிலான கதையும் அதற்கு சம்பந்தமேயில்லாத பிற பாத்திரங்களும் அந்தப் பாத்திரங்கள் அனைத்தும் கதை நடக்கும் மண்ணோடு பிணைக்கப்பட்டிருப்பதும்தான். உதாரணமாக, மீன் விற்கும் பெண்ணிடம் வந்து தீவிரவாதிகள் கையுறை அணியச் சொல்லி வலியுறுத்துகிறார்கள். அவள் மறுக்கிறாள். அவளுக்கும் கதையின் முக்கிய பாத்திரங்களுக்கும் எந்தச் சம்பந்தமும் இல்லை. படத்தின் போக்கில் அவள் துண்டிக்கப்பட்ட பாத்திரம்தான். ஆனால் தீவிரவாதிகளை அந்த மக்கள் எப்படி எதிர்கொள்கிறார்கள் என்பதை காட்சிப்படுத்துவதற்கு அவள் அவசியமானவளாக இருக்கிறாள். அதேபோலத்தான் கால்பந்து. அதுவும் தடை செய்யப்பட்டிருக்கிறது. ஆனால் அந்த ஊரின் இளைஞர்கள் பந்து இருப்பதாக கற்பனை செய்தபடியே விளையாடுவது அற்புதமான காட்சி. இந்த தீவிரவாதிகளுக்கு எதிர்ப்புத் தெரிவிக்கும் உள்ளூர் இசுலாமிய பெரியவர், தனது மகளைத் திருமணம் செய்து கொடுக்க மறுக்கும் பெண்மணி இப்படி துண்டிக்கப்பட்ட பாத்திரங்களையும் காட்சிகளையும் படத்தின் முக்கியமான கதையுடன் கோர்த்து சிறந்த படமாக்கியிருக்கிறார்கள். அந்தவிதத்தில் டிம்புக்டு அற்புதமான திரைப்படம்

* * *

13 அஸாஸின்ஸ்
(13 Assasins)

சிறந்த ஜப்பானிய படங்களின் வரிசையைத் தேடிக் கொண்டிருந்த போது 13 அஸாஸின்ஸ் கிடைத்தது. 13 கொலையாளிகள். படத்தைப் பற்றி ஏற்கனவே சில நண்பர்களும் சிலாகித்திருந்தார்கள். வழக்கமான சாமுராய் கதைகளைப்போல நம்பமுடியாத அதிரடிக் காட்சிகளை நிரப்பி மிளகாய் அரைப்பார்கள் என்று நினைத்துக் கொண்டிருந்தேன். இப்படியெல்லாம் எதிர்மறையாக நினைத்திருக்கவே வேண்டியதில்லை. படம் ஆரம்பிக்கும்போதே ஒரு மனிதர் தனது வயிற்றைக் கிழித்துக் கொண்டு சாகிறார். அது காலங்காலமாக ஜப்பானியர்கள் பின்பற்றிய முறை. வீரத்தோடு மரணத்தைத் தழுவும் இந்த முறைக்கு 'செப்புகு' என்று பெயர். எதற்காக இப்படிச் சாகிறார் என்று யோசிப்பதற்குள்ளாகவே அடுத்தடுத்து காட்சிகள் விரிகின்றன. இரண்டரை மணி நேரப் படம். சுறுசுறுப்பாக ஓடிக்கொண்டேயிருக்கிறது.

1840களில் நடந்த கதை இது. அப்போது நிலவிய ஜப்பானிய ராணுவ ஆட்சியில் ராணுவத் தளபதிகளை ஷோகுன் என்கிறார்கள். அரசர் இருந்தாலும் கிட்டத்தட்ட இவர்கள்தான் ஆட்சியாளர்கள். அப்படியொரு ஷோகுனின் தம்பி சர்வாதிகாரியாக இருக்கிறான். பெண்களை வன்புணர்வு செய்வதிலிருந்து குஞ்சு குளுவான் என்றுகூட பாராமல் ஒரு குடும்பத்தில் அத்தனை பேரையும் கொல்வது வரை எல்லாவிதமான முரட்டுத்தனங்களையும் செய்கிறான். ஒரு பெண்ணின் கைகள், கால்கள் என துண்டித்து வீசிவிட்டு, நாக்கையும் கத்தரித்து அவளை விளையாட்டுச் சாமானாக்கிவிடுகிறான். அவ்வளவு குரூரமானவன். நரிட்சுகு என்பது அவன் பெயர். இவன் இப்பொழுதே இவ்வளவு ஆட்டம் போடுகிறானே இன்னமும் பெரிய பதவிகளுக்கு வந்தால் நாடு நாறிப் போய்விடும் என்று மந்திரி பயப்படுகிறார். அவரது பயம் எந்தவிதத்திலும் பொய்த்துவிடாமல் எல்லாவிதமான சேட்டைகளையும் செய்து கொண்டிருக்கிறான் நரிட்சுகு.

a film by takashi miike
13
ASSASSINS
TAKE UP YOUR SWORD.
MAGNET
www.13assassins.com
www.magnetreleasing.com

அவனது சேட்டைகளுக்கு எதிர்ப்புத் தெரிவிக்கும்விதமாக தனது வயிற்றைக் கிழித்துக் கொண்டு சாகிறவரைத்தான் முதல் காட்சியில் காட்டுகிறார்கள். மந்திரிக்கும் வருத்தம்தான். நரிட்சுகுவின் சோலியை முடித்துவிடலாம் என்று முடிவு செய்கிறார். அது லேசுப்பட்ட காரியமா? அவனைச் சுற்றிலும் எந்நேரமும் பெரும் ராணுவப்படை பாதுகாப்புக்கு நிற்கிறது. இருந்தாலும் ஏதாவது செய்தாக வேண்டும் என எத்தனிக்கிறார். தனக்கு நம்பகமான சாமுராய் ஒருவரை உதவிக்கு அழைக்கிறார். இவர்கள் இரண்டு பேரும் சேர்ந்து வேறு பத்து சாமுராய்களைச் சேர்த்து ஒரு அணி அமைக்கிறார்கள். அப்படியானால் 12 அஸாஸின்ஸ் என்றுதானே படத்தின் பெயர் இருந்திருக்க வேண்டும்? காரணமிருக்கிறது. இந்தப் பனிரெண்டு பேரும் ஒரு காட்டு வழியாகச் செல்கிறார்கள். அப்பொழுது பாதையைக் கோட்டைவிட்டுவிடுகிறார்கள். அந்தச் சமயத்தில் காட்டில் வேட்டையாடிக் கொண்டிருக்கும் ஒருவன்–இந்த வேட்டைக்காரன்தான் படத்தின் நகைச்சுவைக் கதாபாத்திரம் சாமுராய்களுக்கு வழிகாட்டுவதோடு நில்லாமல் அவர்களோடு இணைந்து கொள்கிறான். கணக்கு பதின்மூன்றாகிறது.

நரிட்சுகு தனது படையோடு இடோ என்னுமிடத்திலிருந்து அகாஷி என்னுமிடத்துக்குச் செல்கிறான். சாமுராய்கள் அவனது கதையை வழியிலேயே முடித்துவிடத் திட்டமிடுகிறார்கள். ஆனால் நரிட்சுகுவுடன் இருக்கும் ஹன்பேய் என்னும் போர்வீரன் சாமர்த்தியசாலி. அவனுக்கு இந்தச் சதித்திட்டம் பற்றிய தகவல் போய்ச் சேர்கிறது. அவன் சாமுராய்களுக்கு எச்சரிக்கை விடுக்கிறான். படம் வேகமெடுக்கிறது. சாமுராய்களை வழிநடத்தும் மந்திரியும் கில்லாடிதான். மிகச் சிறப்பாக வழிநடத்துகிறார். நரிட்சுகு பயணம் செய்யும் பாதையின் நடுவில் ஓர் ஊரைத் தேர்ந்தெடுக்கும் சாமுராய்கள் தங்களது எதிரிக்கான பொறியை உருவாக்குகிறார்கள். நரிட்சுகு அந்தப் பொறியில் வந்து சிக்க வேண்டுமல்லவா? அதற்காக அவன் செல்லுகிற பாதையில் சில தடைகளை ஏற்படுத்தி வைக்கிறார்கள். அதற்கு வேறொரு ஊரின் தலைவரும் உதவுகிறார். அவருடைய மகனையும் மருமகளையும் நரிட்சுகு சிதைத்திருக்கிறான் என்பதால் அவருக்கும் ஒரு பழைய கணக்கு இருக்கிறது. இவர்கள் நினைத்தமாதிரியே நடக்கிறது. நரிட்சுகு தனது படையின் ஒரு பகுதியை திசை மாற்றுகிறான். இவர்கள் பொறி வைத்திருக்கும் ஊருக்குள் நரிட்சுகுவின் படை வந்து சேரும் போது அவனிடம் எழுபது பேர்கள்தான் இருப்பார்கள் என்று கணக்குப் போடுகிறார்கள். அதுதான் தப்புக்கணக்காகிவிடுகிறது. ஹன்பேய் ஏதோவொரு

வகையில் ஆட்களைத் திரட்டிவிட்டான். நரிட்சுகுவின் படையில் இருநூறு பேர்கள் சேர்ந்துவிட்டார்கள். சாமுராய்கள் வெறும் பதின்மூன்று பேர்கள்தான். தங்கள் முழு பலத்தையும் காட்டியாக வேண்டும். பொறிக்குள் சிக்கியிருக்கும் இருநூறு பேரையும் சின்னாபின்னப்படுத்தியாக வேண்டும். அப்பொழுதுதான் எதிரியை வீழ்த்த முடியும். சாமுராய்கள் துணிந்து களமிறங்குகிறார்கள். எதிரியின் படைக்குள் புகுந்து அடித்து நொறுக்குகிறார்கள். விறுவிறுப்பு கூடிக்கொண்டே போகிறது.

ஜப்பான் சென்றிருந்தபோது ஒரு வரலாற்றாசிரியரைச் சந்திக்கும் வாய்ப்பு கிடைத்தது. அவர் சாமுராய்களைப் பற்றிய ஆராய்ச்சிகளைச் செய்து கொண்டிருந்தவர். நிறையப் பேசினார். உண்மையிலேயே சாமுராய்கள் சகலவிதத்திலும் வல்லவர்களா? என்ற கேள்விக்கு நேரடியாக பதில் சொல்லவில்லை. 'சாமுராய் என்பது உடல்ரீதியிலான பலசாலி மட்டுமில்லை; மனரீதியிலான பலசாலியும்கூட' என்றார்.தான் சாகப் போகிறோம் என்று தெரிந்தபிறகு போராடுவது சாமானிய மனிதனுக்கு சாத்தியமான காரியமில்லை. உதாரணமாக, நான்கு பேர்கள் துரத்திக் கொண்டு வருகிறார்கள். அவர்கள் நம்மைக் கொல்வதற்காகத் துரத்துகிறார்கள். அது நமக்குத் தெரிந்துவிடுகிறது. ஓடுகிறோம். ஓடும் போதே வெட்டுகள் விழுகின்றன. சிறிது தூரம் ஓடிய பிறகு ஒரு மூலையில் சிக்கிக் கொள்கிறோம். அந்தக் கணத்தில் நம்முடைய அத்தனை மனவலிமையும் சரிந்துவிடும். கெஞ்சுவோமே தவிர போராடத் துணிய மாட்டோம். அதில்தான் சாமுராய்கள் வித்தியாசப்படுகிறார்கள் என்றார். சாமுராய்கள் இறுதிவரைக்கும் போராடுவார்கள் என்றார். எவ்வளவு தூரம் உண்மை என்று தெரியவில்லை. ஆனால் இந்தப் படத்தில் அதைத் துல்லியமாக காட்சிப்படுத்தியிருக்கிறார்கள். ஒரு கட்டத்தில் சாமுராய்கள் ஒவ்வொருவருவராக வீழ்கிறார்கள். என்னதான் வீரர்களாக இருந்தாலும் இத்தனை பேர் சூழ்ந்துகொண்டு தாக்கும்போது எதிர்த்து நின்று போராடுவது யாருக்குமே சாத்தியமில்லாத காரியம்தான். ஆனால் கடைசியாக சரியும் வரைக்கும் போராடுகிறார்கள். கடைசி வெட்டு விழும் வரைக்கும் வாளைச் சுற்றுகிறார்கள். அப்படியான மனிதர்கள் ஒரு காலத்தில் உண்மையிலேயே வாழ்ந்தவர்கள்தானே? நினைத்துப் பார்த்தால் சிலிர்த்துவிட்டது.

இந்தப் படம் 1960களிலேயே வந்துவிட்டது. அப்பொழுதும் படத்தின் பெயர் இதேதான். 13 அஸாஸின்ஸ். அந்தப்

படத்தைத்தான் கிட்டத்தட்ட ஐம்பதாண்டுகளுக்குப் பிறகு 2010ஆம் ஆண்டில் ரீமேக் செய்திருக்கிறார்கள். மிகச் சிறந்த ஆக்ஷன் படமாக உலகெங்கிலும் கொண்டாடப்பட்ட படம் இது. அந்தக் கொண்டாட்டத்திற்கு முழு தகுதியான படம்தான். முதல் காட்சியில் ஒருவர் தனது வயிற்றை அறுத்துக் கொண்டு இறந்து போகிறார் அல்லவா? அதன் பிறகு சாமுராய்கள் அணி அமைவதற்கான முஸ்தீபுகளைத் தொடங்கும் சமயத்தில் சற்று இழுவையாகத் தெரிந்தது. அதுவரையிலும் உரையாடல்கள் சற்று அதிகம். ஆனால் அந்த இழுவை சில நிமிடங்களுக்கு மட்டும்தான். படம் வேகமெடுத்துவிடுகிறது.

படத்தின் காட்சியமைப்புகளுக்காகவும் இசைக்காகவும் வெகுவாக பாராட்டுகிறார்கள். உண்மையிலேயே இரண்டுமே அருமை. அதைவிடவும் குறிப்பாக, நடிகர்களின் நடிப்பைப் பற்றிச் சொல்லியாக வேண்டும். சாமுராய்களாகட்டும். நரிட்சுகுவாகட்டும் கை கால்கள் துண்டிக்கப்பட்ட பெண்ணாகட்டும் பிரமாதப்படுத்தியிருக்கிறார்கள். இவ்வளவு நீளமான வெளிநாட்டுப் படத்தை சலிப்பில்லாமல் பார்க்க வைத்திருக்கிறார்கள். சாமுராய்கள் ஏன் இந்தப் படையில் சேர்கிறார்கள் என்பதன் நியாயப்படுத்துதல்கள் எதுவுமே துருத்திக் கொண்டு நிற்பதில்லை. ரத்தமும் அன்பும் காதலும் அக்கறையும் சாமுராய்களின் அர்ப்பணிப்பும் படம் முழுக்கவும் விரவிக் கிடக்கின்றன. ஒவ்வொரு கதாபாத்திரமும் தங்களுக்குத் தேவையான அளவு மட்டும் நடிக்கிறார்கள் என்பதுதான் படத்தின் பெரும்பலம்.

கடைசி இருபதாண்டுகளில் வெளியான அதிரடித் திரைப்படங்களின் வரிசையில் இந்தப் படத்தை தவிர்க்க முடியாது என்று ஒரு விமர்சகர் பாராட்டியிருந்தார். அது முற்றாகச் சரி. படத்தைப் பார்த்துவிட்டு முடிவெடுங்கள்.

* * *

ட்ராஷ்

(Trash)

இருபத்தைந்து வருடங்களுக்கு முன்பு வரை எங்கள் ஊரில் பன்னியாண்டிகள் என்றவொரு குழுவினர் இருந்தார்கள். தாழ்த்தப்பட்ட மக்கள் உட்பட அத்தனை பேரும் அவர்களை ஒதுக்கி வைத்துவிடுவார்கள். சாக்கடைகளின் கரைகளில் குடிசைகள் அமைத்துக் கொண்டு பன்றிகளை மேய்ப்பதுதான் அவர்களுடைய வேலை. ஐம்பதாண்டுகளுக்கு முன்பாக அவர்கள் பகல் நேரத்தில் வெளியிலேயே வரமாட்டார்களாம். இரவில்தான் குப்பைகள் பொறுக்குவார்கள் என்று கேள்விப்பட்டிருக்கிறேன். எங்கள் காலத்தில் கொஞ்சம் பரவாயில்லை. பகலில் வெளியில் வரத் தொடங்கியிருந்தார்கள் என்றாலும் குப்பை பொறுக்குவதுதான் வேலையாக இருந்தது. வீட்டுக்கு வெளியில் செருப்பை போட்டு வைத்திருந்தால் 'பன்னியாண்டிகள் தூக்கிட்டு போயிடுவாங்க' என்று சாதாரணமாகச் சொல்வார்கள். அவர்கள்மீதான எந்தக் கருணையும் இல்லாத காலம் அது. 'அவங்களுக்கென்ன குப்பைல பணம் கொலுசு மோதிரம்கூட கிடைக்குமாமா' என்று சொல்வதைக் கேட்டிருக்கிறேன். இப்பொழுது பன்னியாண்டிகள் என்ன ஆனார்கள் என்று தெரியவில்லை. சாக்கடைகளின் சரிவிலிருந்து மேலேறி வந்திருக்கக்கூடும். ஆனால் இன்னமும் குப்பை பொறுக்குபவர்கள் ஊர் ஊருக்கு இருக்கிறார்கள். பெங்களூரில் ஒரு பெரிய சாக்குப்பையைத் முதுகில் மாட்டிக் கொண்டு வருபவர்கள் இருக்கிறார்கள். அவர்களுக்கு குப்பையில் என்னவெல்லாம் கிடைக்கும் என்ற யோசனை அவ்வப்பொழுது வந்துகொண்டேதான் இருக்கிறது. அதிசயமாக எப்பொழுதாவது புதையல் கிடைக்கும் அல்லவா? புதையல் கிடைக்கிறதோ இல்லையோ ஆபத்துகளும் வந்து சேரலாம்.

சமீபத்தில் இந்தக் கதைக் களத்தை வைத்து ஒரு படம் வெளிவந்திருக்கிறது.

DE STEPHEN DALDRY, DIRETOR DE BILLY ELLIOT
WAGNER MOURA SELTON MELLO
MARTIN SHEEN ROONEY MARA
TRASH
A ESPERANÇA VEM DO LIXO
DO MESMO ROTEIRISTA DE SIMPLESMENTE AMOR, RICHARD CURTIS
BREVE NOS CINEMAS

அது ஒரு பெரிய நகரம். நகரத்தின் குப்பைகளை லாரிகளில் கொண்டு வந்து ஓரிடத்தில் குவிக்கிறார்கள். வண்டியிலிருந்து குப்பை கொட்டப்படும் சமயத்திலேயே ஒரு குழு குப்பைகளைப் பொறுக்குகிறது. அது ஒரு சேரிப்பகுதி. அந்தச் சேரியில் இருப்பவர்கள் அத்தனை பேருக்கும் இதுதான் வாழ்வாதாரம். அப்படியொரு குழுவில் இருக்கும் ஒரு பையனிடம் பர்ஸ் ஒன்று சிக்குகிறது. அதற்குள் பணமும் இருக்கிறது. சந்தோஷம்தான். ஆனால் பணத்தோடு நிற்பதில்லை. அந்த பர்ஸுக்குள் ஆபத்தும் இருக்கிறது. அதுவும் பல மில்லியன் டாலர் ஆபத்து.

அது என்ன மில்லியன் டாலர் கதை என்பதையும் சொல்லிவிடுகிறேன். தான் அந்த நகரத்தின் மேயர் ஆகிவிட வேண்டும் என்று ஒரு ஊழல் பெருச்சாளி முயற்சி செய்து கொண்டிருக்கிறது. அந்த பெருச்சாளி விவரமான பெருச்சாளி. பண விவரங்களைக்கூட ஒரு நோட்டில்தான் எழுதி வைத்திருக்கிறது. கம்யூட்டர், செல்போன் என்றெல்லாம் ஏதாவது இடத்தில் குறித்து வைத்தால் சிக்கிக் கொள்ள வாய்ப்பிருக்கிறதல்லவா? அதனால் நோட்டில் எழுதி வைத்து பணத்தையும் அந்த நோட்டையும் தன்னுடைய உதவியாளரிடம் கொடுத்து வைத்திருக்கிறது. அந்த உதவியாளருக்கு ஒரு சமூக ஆர்வலரிடம் தொடர்பு இருக்கிறது. ஆர்வலரை சிறையில் அடைத்து வைத்திருக்கிறார்கள். ஊழலை ஒழிக்க போராடிக் கொண்டிருந்த சமூக ஆர்வலருக்கு உதவும்பொருட்டு அந்த உதவியாளர் பெருச்சாளியின் மொத்தப் பணத்தையும் சுருட்டி எடுத்துக் கொண்டு கம்பி நீட்டிவிடுகிறார்.

'அய்யோ அதை நம்பித்தான் தேர்தலிலேயே நிற்கப் போகிறேன்' என்று பெருச்சாளி பதறுகிறான். நகரத்தின் போலீஸ் அதிகாரி இந்த பெருச்சாளிக்கு கூழைக் கும்பிடு போடுகிறவன். பெருச்சாளி அவனைத் தூண்டிவிடுகிறான். விடுவார்களா? உதவியாளரைத் துரத்திக் கொண்டு வருகிறார்கள். பணத்தைப் புதைத்து வைத்த இடத்தை ஒரு குறிப்பாக எழுதி அதை பர்ஸுக்குள் வைத்து குப்பை வண்டிக்குள் வீசுகிறார். அந்த பர்ஸ்தான் குப்பை பொறுக்குபவர்களிடம் சிக்குகிறது. இப்பொழுது என்ன நடக்கும்? நீங்கள் நினைப்பதுதான். வேட்டை சிறுவர்களை நோக்கித் தொடர்கிறது.

பதினான்கு வயது சிறுவர்கள் மூன்று பேர்தான் கதைநாயகர்கள். இந்த மூன்று சிறுவர்களும் இதுவரைக்கும் சினிமா எதிலும் நடித்திராதவர்கள். ஆனால் அதையெல்லாம் துளிகூட கண்டுபிடிக்க முடியாது. அமர்க்களம்தான். படத்தில் மற்றவர்கள்

வா.மணிகண்டன் ◆ 53

எல்லோரும் துணை நடிகர்கள் மாதிரிதான். இந்த மூவரும்தான் மொத்தக் கதையையும் தாங்குகிறார்கள்.

Trash – குப்பை. அதுதான் படத்தின் தலைப்பு. 2014ஆம் ஆண்டுதான் படம் வந்திருக்கிறது. போர்த்துக்கீசு மற்றும் ஆங்கிலம் கலந்து எடுக்கப்பட்ட படம். பொதுவாக, பெங்களூரின் தள்ளுவண்டிக்கடைகளில்தான் முக்கியமான படங்களின் சிடிக்கள் கிடைக்கின்றன. தேடிக்கொண்டிருந்தபோது போர்த்துக்கீசிய மொழிப் படம் என்ற குறிப்பைத் பார்த்ததும் வாங்கிக்கொண்டேன். இப்படி பெருமொத்தமாக வாங்குகிற படங்களை உடனே பார்ப்பதும் அவ்வளவு பாதுகாப்பான செயல் இல்லை. பல படங்கள் தலைவலியைக் கொண்டு வந்து சேர்த்துவிடக்கூடும். அந்த எச்சரிக்கையுணர்வில் படம் குறித்து இணையத்தில் தேடியபோதும் பெரும்பாலான விமர்சனங்களில் பாராட்டித்தான் எழுதியிருந்தார்கள்.

படம் பார்க்க ஆரம்பித்தபோதுதான் தெரிந்தது மிகச் சரியாகத்தான் பாராட்டியிருக்கிறார்கள். முதல் காட்சியிலேயே ஒரு சிறுவன் துப்பாக்கியை நீட்டிக் கொண்டு நிற்பான். அவனது கைகள் நடுங்கிக் கொண்டிருக்கும். அருகிலிருந்து ‘அவனைக் கொன்றுவிடு ராஃபேல்’ என்று இன்னொரு சிறுவன் கத்திக் கொண்டிருப்பான். வன்முறை சார்ந்த படமாக இருக்கும் என்றுதான் தோன்றியது. ஆனால் அப்படியில்லை. சமூகத்தின் பெருந்தலையும் அவனது எடுபிடியான போலீஸ் அதிகாரியும் அந்தச் சிறுவர்களின்மீதாக செலுத்தும் வன்முறைதான் படத்தின் மையம். இந்தச் சிறுவர்கள் மட்டுமில்லா அவர்களைச் சார்ந்த சேரியே பாதிக்கப்படுகிறது. ஏழ்மை, அதிகாரத்தின் கொடூர நகங்கள் என அத்தனையும் தமக்கு எதிராகத் திரும்பியிருக்கும் போதும் ‘உயிர் இருக்கும் வரை துணிந்துகொண்டேயிருப்போம்’ என்று உற்சாகத்தோடு திரியும் பையன்கள் நிமிர்ந்து அமர வைத்துவிடுகிறார்கள்.

பிரேசில் ஊழல் நிறைந்த நாடு என்று கேள்விப்பட்டிருக்கிறேன். அங்கே வறுமையும் வன்முறையும் ஊழலும் விரவிக் கிடக்கின்றன என்று சொல்வார்கள். வளர்ச்சி என்ற பெயரில் பெருமுதலாளிகள் பெருகிக் கொண்டிருக்கும் அதேசமயத்தில்தான், சாக்கடைகளிலும் சேரிகளிலும் சிக்கி விளிம்புநிலை மக்கள் திணறுகிறார்கள் என்பார்கள். இதையெல்லாம் இந்தப் படம் மேம்போக்காகத் தொட்டுக் காட்டுகிறது. ஒருபக்கம் பல மில்லியன் டாலர்களை பதுக்கிவைக்கும் பண முதலை என்றால் இன்னொரு பக்கம்

குப்பை பொறுக்கும் பெருங்கூட்டம். ஒருபக்கம் ராஜ விசுவாசியான போலீஸ் அதிகாரி என்றால் இன்னொரு பக்கம் அதிகாரியை சந்தோஷமூட்டுவதற்காக சிறுவனை சித்ரவதை செய்யும் அடியாளாகச் செயல்படும் காவலர்கள் என்று அந்நாட்டின் அவலங்களையெல்லாம் போகிறபோக்கில் தொட்டுச் செல்கிறது படம்.

பர்ஸைத் தேடும் வேட்டையில் தங்கள் மீதாகச் செலுத்தப்படும் தொடர்ச்சியான அழுத்தங்கள், அதை இந்தச் சிறுவர்கள் சமாளிப்பது என்று படம் நீள்கிறது. இந்தக் கதைக்குள் உதவியாளர், ஒரு சமூக ஆர்வலர், கிறித்துவ பாதிரியார், சிறுவர்களுக்கு உதவும் இளம்பெண், உதவியாளரின் மகள் என்று பல அடுக்குகளை சேர்த்து சுவாரசியத்தைக் கூட்டியிருக்கிறார்கள். 2010ஆம் ஆண்டில் இதே தலைப்பில் ஒரு நாவல் வந்திருக்கிறது. அதே கதையைத்தான் படமாக்கியிருக்கிறார்கள்.

ஏற்கனவே குறிப்பிட்டதுபோல சேரிப் பையன்களாக நடித்திருக்கும் மூன்று பையன்களும் பிரித்து மேய்ந்திருக்கிறார்கள். பர்ஸ் கிடைத்த விவகாரத்தை போலீஸிடமிருந்து மறைப்பதும், போலீஸ்காரர்கள் துரத்தும்போது தப்பிப்பதும், சிக்கி சின்னாபின்னம் ஆவதும் அந்த க்ளூவை கண்டுபிடிப்பதும் என்று அட்டகாசப்படுத்தியிருக்கிறார்கள் என்று சொல்வதில் எந்த மிகையுமில்லை. சேரி, ஏழைகள் என்றெல்லாம் சொல்வதனால் படம் அழுது வடியும் என்றெல்லாம் நினைத்துக் கொள்ள வேண்டியதில்லை. சிறுவர்களின் உடல்மொழியும் இயல்பான நகைச்சுவையும் அவ்வளவு இயல்பானபோக்கில் படம் முழுக்கவும் நகர்கிறது.

* * *

ட்ரேசர்ஸ்

(Tracers)

சில வருடங்களுக்கு முன்பாக பிரான்ஸில் கொஞ்ச நாட்கள் தங்கும் வாய்ப்புக் கிடைத்தது. மாண்ட்பெல்லியே என்ற ஊரில் இருந்தேன். அது மிகச் சிறிய நகரம். சற்றே பழமைவாய்ந்த நகரமும்கூட. ஜனநெருக்கடி இல்லாத அமைதியான ஊர் என்றாலும் மாலை ஆறு மணிக்கு மேலாக கொண்டாட்டம் ஆரம்பமாகிவிடும். திடீரென்று ஓரிடத்தில் இசை ஒலிக்கும். நடனமாடத் தொடங்குவார்கள். தனியாக இருக்கிறோம் என்கிற வருத்தமெல்லாம் எதுவும் வராத ஊர். அலுவலகத்திலிருந்து வந்தவுடன் பையை அறையில் வைத்துவிட்டு கிளம்பிவிடுவேன். அப்படியான தருணத்தில் ஒரு தெரு நடனக் குழுவினரோடு அறிமுகம் கிடைத்திருந்தது. அந்தக் குழுவில் நான்கு பேர்கள் இருந்தார்கள். ஒருவர் மட்டும் ஆங்கிலம் பேசுவார். கையோடு பெரிய ஒலிபெருக்கி, அதை இயக்குவதற்கான பேட்டரி போன்றவற்றை எடுத்துக் கொண்டு வருவார்கள். இசையை ஒலிக்கவிட்டு தங்களது திறமைகளை காட்டத் தொடங்குவார்கள். காற்றில் மிதக்கும் இறகு மாதிரி ஆட்டம் இருக்கும். யூடியூப்பில் Street Dance என்று தேடினால் பார்க்கலாம். அவர்களிடம் பேசிக்கொண்டிருந்தபோதுதான் பார்க்குர்(Parkour) என்கிற சொல்லை முதன் முதலாகக் கேள்விப்பட்டேன். அந்த ஊரில் அப்பொழுது பார்க்குர் பயிற்சியாளரும் இருந்தார். வாகன நெரிசல் மிகுந்த சாலைகள், கட்டடங்கள், மேடுபள்ளங்கள் எந்த இடமாக இருந்தாலும் லாவகமாக தாண்டியபடியே ஓடும் வித்தை. தெரு நடனக்குழுவினர் அழைத்துச் சென்று காட்டினார்கள். வெகு ஆச்சரியமாக இருந்தது. அவர்களது அசைவில் ஒரு சதவீதத்தைக்கூட நம்மால் செய்யமுடியாது என்று வேடிக்கை மட்டும் பார்த்துக் கொண்டிருந்தேன்.

TAYLOR LAUTNER

TRACERS

IT'S NOT A CRIME IF THEY DON'T CATCH YOU

திருடர்கள் இந்த வித்தையைத் தெரிந்துகொண்டால் தாறுமாறாகத் தப்பித்துவிடலாம் எனத் தோன்றியது. அது உண்மைதான். இதை அடிப்படையாக வைத்து சமீபத்தில் ஒரு படம் வெளியாகியிருக்கிறது. Tracers. பார்க்குர்தான் படத்தின் முதுகெலும்பு.

நாயகன் சைக்கிள் மெஸஞ்சர். பொட்டலமோ, கடிதமோ எதைக் கொடுத்தாலும் வாங்கிச் சென்று சேரவேண்டிய இடத்தில் கொடுப்பான். அதற்காக காசு தருவார்கள். அம்மா அப்பா யாருமில்லாதவன். குறைந்தபட்சம் காதலிகூட இல்லாத அமெரிக்கன். கஷ்ட ஜீவனம்தான். ஒரு கறுப்பினப் பெண்ணின் வீட்டின் பழைய ஷெட்டில் வாடகைக்கு குடியிருக்கிறான். அவனுக்கு ஒரு சிக்கல் இருக்கிறது ஒரு சீனாக்காரனிடம் கடன் வாங்கியிருக்கிறான். பெருந்தொகை. அவனுடைய அம்மா மரணப்படுக்கையில் இருந்தபோது அவளது செலவுகளுக்காக வாங்கிய கடன். சைக்கிள் மெசஞ்சருக்கு பெரிய வருமானம் இல்லை. இதில்தான் வாடகையும் கொடுத்து, கடனையும் அடைக்க வேண்டும். ஆனால் கடனைத் திருப்பி அடைப்பது அவ்வளவு சுலபமான காரியமாக இல்லை. சீனாக்காரன் அவ்வப்போது வந்து மிரட்டி உருட்டிக் கொண்டு போகிறான்.

இப்படி காட்டாறாகப் போய்க்கொண்டிருக்கும் நாயகனின் வாழ்க்கையில் ஒரு பெண் மோதுகிறாள். இவன் சைக்கிளில் சென்று கொண்டிருக்க, எங்கிருந்தோ ஓடி வரும் அவள் இவன்மீது மோத, இருவரும் உருண்டு புரள, சைக்கிள் சக்கரம் வளைந்து நெளிந்து போகிறது. அதோடு விட்டிருந்தால் பிரச்சினையில்லை. சீனாக்காரனோடு அடி வாங்குவதோடு போயிருக்கும். ஆனால் அடுத்த நாள் இவனுக்கு புதிய சைக்கிள் ஒன்றை வாங்கிக் கொடுத்துவிட்டுச் செல்கிறாள். ‘உன் காதலி பரிசளித்திருக்கிறாள். வந்து வாங்கிக் கொள்’ என்று கடையிலிருந்து தகவல் வருகிறது. சென்று பார்த்தால் அவள் இல்லை. சைக்கிள் மட்டும் இருக்கிறது. எடுத்துக் கொண்டு வேகமாக பறக்கிறான். அங்குமிங்குமாக அலைந்து அவளைக் கண்டுபிடித்துவிடுகிறான். கண்ணின் கடைப்பார்வையைக் காட்டிவிட்டால் போதாதா? காட்டிவிடுகிறாள். அவளைப் பின்தொடர்ந்து செல்கிறான். நாயகி பார்க்குர் தெரிந்தவள். பட்டையைக் கிளப்பிக் கொண்டிருக்கிறாள்.

வழக்கமான சினிமாவில் என்ன நடக்குமோ அது நடக்கிறது. நாயகனும் பார்க்குரை பயிற்சி செய்யத் தொடங்குகிறான். பயிற்சியாளர் யாருமில்லாமல் தானாகவே கற்றுக்கொள்ளும்

சுயம்பு. படு வேகமாக கற்றுக்கொள்ளத் தொடங்குகிறான். ஆனால் நாயகி தனி ஆள் இல்லை. ஒரு குழுவோடு இருக்கிறாள். அந்தக் குழு மில்லர் என்பவனுக்காக வேலை செய்கிறது. மில்லர்தான் அவர்களுக்கு வேலை பழக்கிவிட்டவன். குருநாதர். ஒவ்வொரு காரியத்தையும் பக்காவான திட்டமிடலுடன் சாதிக்கிறார்கள். ஆவணம், ஆயுதம், ரசாயனம் என எதுவாக இருந்தாலும் ஓரிடத்திலிருந்து எடுத்து இன்னொரு இடத்துக்கு கடத்திக் கொடுக்கிறார்கள். திருட்டு வேலைதான். ஆனால் செமத்தியான வருமானம். நாயகன் பயிற்சி செய்துகொண்டிருக்கும்போது மில்லரின் குழுவுக்கு இவனைப் பிடித்துப் போய்விடுகிறது. தங்கள் குழுவில் சேர்த்துக் கொள்கிறார்கள். இவனுக்கும் பிரச்சினை இருக்கிறதல்லவா? வருமானம் பார்த்தால்தான் சீனாக்காரனின் கடனை அடைக்க முடியும். அவன் வேறு அவ்வப்போது வந்து அக்கப்போர் செய்கிறான். பணம் மட்டுமில்லை அழகான நாயகி வேறு அந்தக் குழுவில் இருக்கிறாள். மறுக்க முடியுமா? சேர்ந்து கொள்கிறான்.

அதன் பிறகுதான் பிரச்சினை ஆரம்பமாகிறது. நாயகனுக்கும் நாயகிக்கும் அரும்பும் காதல் மில்லருக்குத் தெரிந்துவிடுகிறது. பிரச்சினை என்னவென்றால் முன்பொரு சமயத்தில் நாயகி தனியாக இருக்கும்போது எவனோ ஒருவன் அவளைத் தடவுகிறான். அதில் கோபமடையும் நாயகியின் சகோதரன் அவனை அடிக்க அதில் தடவியவன் கோமாவுக்குச் சென்றுவிடுகிறான். சிக்கினால் இருவரும் கம்பி எண்ணியாக வேண்டும். இந்தப் பிரச்சினையிலிருந்து மில்லர்தான் நாயகியையும் அவளுடைய சகோதரனையும் காக்கிறான். அதற்கு பிரதியுபகாரமாக நாயகியை மில்லர் சுவீகரம் செய்து கொள்கிறான். இடையில் இவன் வந்தால் விடுவானா? நாயகனின் கதையை முடிக்க ரூட் போடுகிறான். இவர்களுக்கிடையில் அந்த சீனாக்காரனின் மாஃபியாவும் வந்துவிடுகிறது. சதி, சிக்கல், ஓட்டம், மாஃபியா. முடிவு என்னவாகிறது என்பதுதான் க்ளைமேக்ஸ்.

படத்திலிருந்து பார்க்குரை நீக்கிவிட்டால் சாதாரணக் கதைதான். ஒரே குழுவில் பணிபுரியும் நாயகியை நாயகன விரும்புகிறான். அவர்களுடைய தலைவன் எதிரியாகிறான். அவ்வளவுதான். ஆனால் இந்தக் கதைக்குள் பார்க்குரை வைத்து அதன் வழியாக சாகசங்களைக் காட்டி அட்டகாசமான அதிரடித் திரைப்படமாக மாற்றியிருக்கிறார்கள். குறிப்பாக திரைக்கதையைச் சொல்ல வேண்டும். ஒற்றை வரிக் கதையில் ஒரு சீனாக்குழு,

நாயகன் – நாயகி காதல், தான் வாடகைக்கு இருக்கும் வீட்டுக்காரக் குழந்தை மற்றும் குழந்தையின் அம்மாவின் பாசம், அப்பா வைத்திருந்த கார் சென்டிமெண்ட், கதையின் பின்னணியில் நாயகனின் கடன் பிரச்சினை, நாயகி – மில்லருக்கு இடையிலான உறவுச் சிக்கல் என அனைத்தையும் செதில் செதிலாக இணைத்து படத்தை பூர்த்தியாக்கியிருக்கிறார்கள். படம் ஆரம்பிப்பதிலிருந்தே ஒவ்வொரு முடிச்சாகக் காட்டுகிறார்கள். பிறகு முடிச்சுகள் அவிழ்க்கப்படாதா என்று எதிர்பார்க்க வைத்துவிடுகிறார்கள். அந்த எதிர்பார்ப்புதான் படத்தின் மிகப் பெரிய விறுவிறுப்பு.

சுவாரஸியமான படம். ஆக்ஷன் படங்களைப் பார்க்கும் போது 'உடான்ஸ் விடுறாங்க' என்று அவ்வப்போது தோன்றிவிடுமல்லவா? இந்தப் படம் நெடுகிலும் அப்படியொரு எண்ணம் தோன்றுவதில்லை. அதிரடியான ஆயுதங்கள், விமானச் சண்டைகள் போன்ற பிரமாண்ட விஷயங்கள் எதுவுமில்லாமல் நடிகர்களின் இரண்டு கால்களையும் அந்தக் கால்களின் ஓட்டத்தை மட்டுமே படம் முழுக்கவும் காட்டுவதால் ஒரு உண்மைத் தன்மை விரவியிருப்பதாகவே தெரிகிறது. அதுதான் இந்தப் படத்தின் பெரிய நம்பகத்தன்மையும்கூட. நாயகனும் அவனுடைய குழுவும் ஓடுகிற ஓட்டத்தைப் பார்த்தால் நமக்கும் அப்படியெல்லாம் ஓட வேண்டும் என்று ஆசை வந்துவிடுகிறது. கேமிராவும் இசையும் அவ்வளவு துல்லியத்தன்மையை உருவாக்குகின்றன.

நடுவில் மட்டும் சில நிமிடங்களுக்கு பார்க்குர் காட்சிகள் சலிப்படையச் செய்தன என்பது உண்மைதான். ஆனால் அதற்காக படம் மோசம் என்றெல்லாம் சொல்லிவிட முடியாது. இன்னொரு முறைகூட தாராளமாகப் பார்க்கலாம்.

* * *

கிறிஸ்டி

(Kristy)

சினிமாவில் உதவி இயக்குநராக இருக்கும் நண்பரொருவரிடம் திரைப்படங்களைப் பற்றி அடிக்கடி பேசுவது வழக்கம். சினிமாவை வெறும் கதையாக மட்டும் பார்க்காமல் அதைத் தாண்டிப் பேசுவதற்கு எவ்வளவோ விஷயங்கள் இருக்கின்றன என்று திரும்பத் திரும்பச் சொல்வார். சமீபத்தில் அப்படித்தான் திரைக்கதை அமைப்பைப் பற்றி பேசிக் கொண்டிருந்தவர் 'ஒரு நல்ல திரைக்கதையில் சம்பந்தமில்லாத எந்தக் காட்சிகளும் இருக்கக்கூடாது' என்றார். எந்த அர்த்தத்தில் சொல்ல வருகிறார் என்று புரியவில்லை. உதாரணம் கேட்டதற்கு 'கிறிஸ்டி(Kristy) படத்தை பார்த்துவிடுங்கள். பிறகு பேசலாம்' என்று சொல்லியிருந்தார். ஏதாவது விஷயம் இருக்கும் என்று பெங்களூரில் தேடியதில் டிவிடி கிடைத்துவிட்டது. கடந்த ஆண்டு வந்த த்ரில்லர் படம் இது. இணைய தளங்களில் படத்துக்கான ரேட்டிங் சுமாரானதாகத்தான் இருந்தது என்பதால் சாதாரணமாக நினைத்துக் கொண்டு பார்க்கத் தொடங்கியதுதான் வினையாகப் போய்விட்டது. வீட்டில் யாருமில்லாத சமயத்தில் தெரியாத்தனமாக பார்க்கத் தொடங்கிவிட்டேன். நடுங்க வைத்துவிட்டார்கள். காலண்டர் அசைவதுகூட எவனோ வெட்டுக் கத்தியைத் தூக்கிக் கொண்டு வருவதுபோல இருந்தது என்றால் பார்த்துக் கொள்ளுங்கள்.

ஜஸ்டின் கல்லூரியில் படித்துக் கொண்டிருக்கும் பெண். விடுதியில் தங்கியிருக்கிறாள். நன்றி அறிவிப்பு நாள் (Thanks Giving Day) விடுமுறையில் கிட்டத்தட்ட விடுதி காலியாகிவிடுகிறது. ஆளாளுக்கு வெளியில் கிளம்பிவிடுகிறார்கள். ஆரம்பத்தில் ஜஸ்டினுக்குத் துணையாக தானும் விடுதியிலேயே இருப்பதாகத்தான் அறைத்தோழி சொல்கிறாள். அதனால் ஜஸ்டின் மிகுந்த உற்சாகத்துடன் இருக்கிறாள். ஆனால் அறைத் தோழியின்

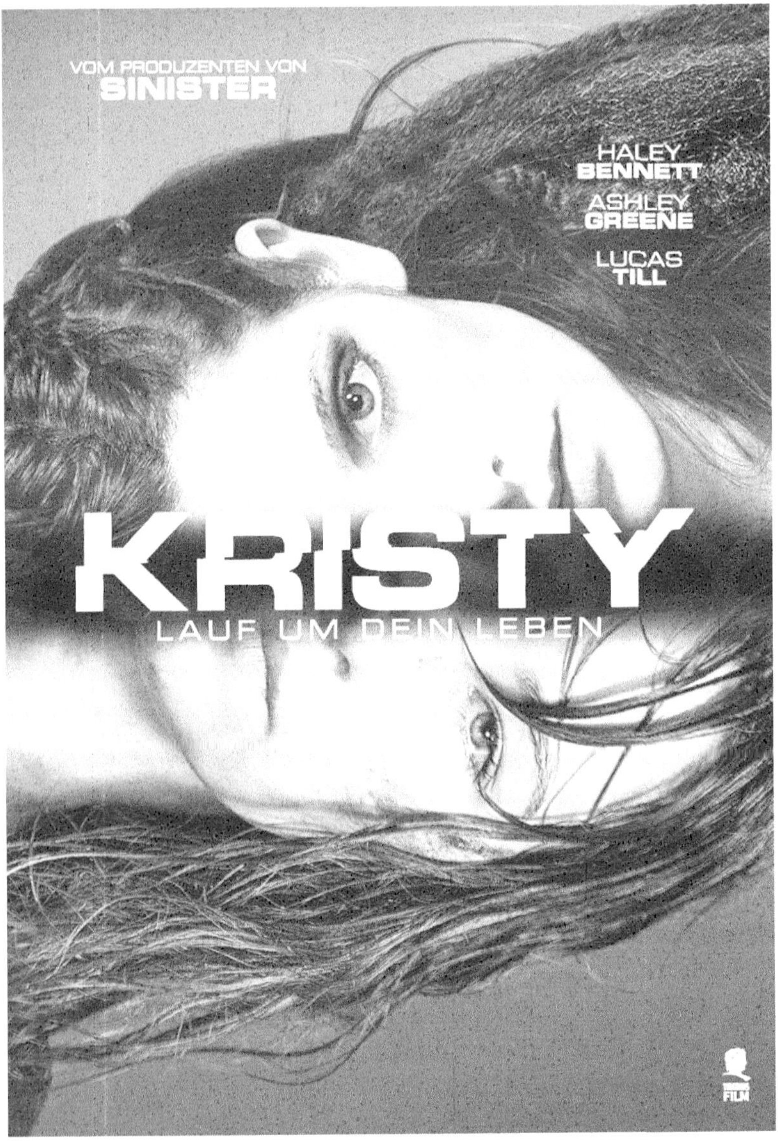

VOM PRODUZENTEN VON
SINISTER

HALEY
BENNETT

ASHLEY
GREENE

LUCAS
TILL

KRISTY
LAUF UM DEIN LEBEN

தந்தை அவளை ஃபோனில் அழைத்து கிளம்பி வரச் சொல்லி விடுகிறார். தோழிக்கு வேறு வழியில்லை. தன்னுடைய கார் சாவியை ஜஸ்டினிடம் கொடுத்துவிட்டுக் கிளம்புகிறாள். விடுதியில் ஜஸ்டினைத் தவிர வேறு எந்த மாணவரும் இல்லை. இரவு நேரத்தில் ஜஸ்டின் காரை எடுத்துக் கொண்டு கடைக்குச் செல்கிறாள். கடையில் ஒரு பெண்ணை எதிர்கொள்கிறாள். உதட்டில் வளையம் மாட்டிக் கொண்டு தலையில் துணியை முக்காடாக அணிந்து கொண்டு வித்தியாசமாக இருக்கும் பெண் அவள். ஏதாவது வக்கணையாகப் பேசிக்கொண்டேயிருக்கும் அவள் ஜஸ்டினை கொல்லப்போவதாகச் சொல்லிவிட்டு ஒரு மிரட்டு மிரட்டுகிறாள். பயத்தில் அவசர அவசரமாகக் கிளம்பும் ஜஸ்டினின் காருக்கு முன்னால் தனது காரை நிறுத்தி கண்ணாடி வழியாக ஜஸ்டினைப் பார்க்கிறாள். படம் பார்த்துக் கொண்டிருந்தபோது சிலிர்த்துவிட்டது. இதுவரை மெதுவாக நகர்ந்துகொண்டிருந்த படம் வேகம் எடுக்கிறது.

அரண்டு போகும் ஜஸ்டின் பதறியடித்துக் கொண்டு விடுதிக்கு வருகிறாள். விடுதியின் காவலரிடம்தான் வித்தியாசமான அனுபவத்தை எதிர்கொண்டதாகச் சொல்கிறாள். அவர் தைரியமூட்டுகிறார். தாங்கள் பார்த்துக் கொள்வதாக நம்பிக்கை கொடுக்கிறார். ஆனால் அடுத்த சில நிமிடங்களிலேயே கொலைகாரி இன்னமும் மூன்று ஆண்களுடன் சேர்ந்து விடுதிக்கு வருகிறாள். 'கிறிஸ்டியைக் கொல்' என்பதுதான் மூல மந்திரம். திகில் ஆரம்பமாகிறது. அவர்களிடம் சிக்கிக்கொள்ளும் ஜஸ்டின் தான் கிறிஸ்டி இல்லையென்றும் தன்னுடைய பெயர் ஜஸ்டின் என்றும் சொல்கிறாள். அவர்கள் கேட்பதாக இல்லை. ஜஸ்டின் தப்பித்து ஓடுகிறாள். எதிர்ப்படும் விடுதிக் காவலர்களைக் கொன்றுவிட்டு ஜஸ்டினை வெறித்தனமாகத் தேடுகிறார்கள். படம் சூடு பிடிக்க ஆரம்பிக்கிறது. ஒற்றைப் பெண்மணி, துணைக்கு யாருமே இல்லாத வளாகம், திகில் நிறைந்த அந்த இரவில் தன்னைக் கொல்ல வந்திருக்கும் நான்கு பேரையும் சமாளிக்கத் தொடங்குகிறாள். ஓடுவதும் ஒளிவதுமாகத் திரியும் ஜஸ்டினாகவே பார்வையாளனும் மாறிப் போய்விடுவதுதான் படத்தின் வெற்றி.

இந்தக் காலத்தில் படம் அல்லது காட்சியின் வழியாக மனிதர்களை மிரட்டுவது லேசுப்பட்ட காரியமில்லை. ஃபேஸ்புக் யுகத்தில் எவ்வளவு குரூரமான நிகழ்வையும் சர்வ சாதாரணமாக எடுத்துக் கொள்ள பழகிக் கொண்டிருக்கிறோம். முகம் தெரியாமல் வெட்டிச் சிதைக்கப்பட்ட நிழற்படத்தினை லைக்

போட்டு தாண்டிச் செல்கிறோம். விபத்தில் தலை நசுங்கிக் கிடப்பவனுக்கு RIP என்ற ஒரு பின்னூட்டத்தோடு அடுத்த வேலைக்கு நகர்ந்து விடுகிறோம். ஒருவிதத்தில் நம் மனங்கள் இறுகிக் கொண்டிருக்கின்றன. இல்லையா? சமீபத்தில் ஒரு கோழி இறைச்சிக் கடைக்குச் செல்ல வேண்டியிருந்தது. ஒரு மனிதர் தனது குழந்தையோடு வந்திருந்தார். பேசக்கூட பழகியிருக்காத பச்சிளம் குழந்தை அது. கோழி வெட்டப்படுவதைக் காட்டி 'அங்க பாரு... கோழியை அறுக்கிறாங்க... ரத்தம் பாரு' என்று காட்டிக் கொண்டிருந்தார். வாயை வைத்துக் கொண்டு சும்மா இராமல் 'இதையெல்லாம் ஏன் காட்டுறீங்க?' என்று கேட்டுவிட்டேன். 'இதெல்லாம் பழகணும்... ரத்தத்தைப் பார்த்து பயப்படாம வளரணும்... அப்போத்தான் சமாளிக்க முடியும்' என்று சொல்லிவிட்டு மீண்டும் தனது பிரதாபத்தை குழந்தையிடம் தொடங்கியிருந்தார். இந்தப் பதிலைக் கேட்டு எச்சிலைக்கூட என்னால் விழுங்க முடியவில்லை. மனிதர்கள் எவ்வளவு மாறிக் கொண்டிருக்கிறோம்? குழந்தைக்கும் இதே மனநிலைதானே வரும்? அடுத்தவனின் மரணத்திலும் சாவிலும் சிறு சலனம்கூட அடையாத சமூகமாக உருவாகிக் கொண்டிருக்கிறோம். எதற்குமே பயப்படாத வெறியெடுத்த சமூகம்தான் நம்முடைய பாதையாக இருக்கிறது.

இந்தச் சூழலில் ஒருவனை சினிமாவின் வழியாக பயப்படுத்த விரும்பினால் அந்தப் படத்தின் பாத்திரமாக பார்வையாளன் தன்னை உணர வேண்டும். அதைக் கிறிஸ்டி செய்கிறது.

உதவி இயக்குநர் சொன்ன விஷயத்திற்கு வருகிறேன். படம் ஆரம்பிப்பதே ஒரு கொலையில்தான். எதற்காக அந்தக் கொலை நடைபெறுகிறது என்பதற்கான விடை படத்தின் இறுதியில் இருக்கிறது. ஜஸ்டினின் வகுப்பில் ஆசிரியர் சோடியம் நைட்ரேட் பற்றி பாடம் எடுக்கிறார். ஏன் அந்தப் பாடக் குறிப்பு வருகிறது என்ற கேள்விக்கான விடை படத்தின் இறுதியில் வருகிறது. இதைத்தான் அந்த உதவி இயக்குநர் சொல்லியிருக்கிறார் 'படத்தில் சம்பந்தமில்லாத காட்சி என்று எதுவும் இருக்கக்கூடாது' என்று. இந்தப் படத்தில் Randomness உண்டு. படம் ஆரம்பித்தவுடன் சில காட்சிகள் அங்கொன்றும் இங்கொன்றுமாக வருகின்றன. சற்று குழப்பமாகத்தான் இருக்கிறது. ஆனால் எந்தவொரு காட்சியும் அவசியமில்லாதது என்று சொல்ல முடியவில்லை. Random ஆன காட்சிகளை மிகச் சிறந்தவகையில் ஒற்றை Loop

ஆக மாற்றியிருப்பதுதான் திரைக்கதையமைவின் முக்கியமான அம்சம்.

ஆள் நடமாட்டமில்லாத கல்லூரி வளாகத்தில் வெளிச்சம் குறைவான இருள் நேரத்திலேயே இரண்டு மணி நேரத்தையும் ஓட்டுகிறார்கள். குண்டுவெடிப்பு, துப்பாக்கிச்சூடு, படுபயங்கர சண்டை என்று எதுவுமேயில்லை. வழக்கமான த்ரில்லர் படங்களில் காட்டப்படும் வன்முறைக் காட்சிகள் இல்லை. இவையெல்லாம் எதுவுமேயில்லாமல் படத்தின் ஒளிப்பதிவிலும் இசையிலும் நடிகர்களின் முகபாவனையிலுமே நம்மை நடுங்கச் செய்கிறார்கள். அதிலும் வில்லியின் ஆட்களாக வரும் மூன்று ஆண்களும் முகமூடி அணிந்து கொள்கிறார்கள். ஆக நாயகியும் வில்லியும்தான் படத்தின் மிகப்பெரிய பலம். அசால்ட்டாக கலக்கியிருக்கிறார்கள்.

வெறும் துரத்தலும் தப்பித்தலுமாக மட்டுமே படம் இல்லை. அவ்வப்போது நாயகி தனது அறிவைப் பயன்படுத்துகிறாள். உதாரணமாக, ஒரு காட்சியில் நாயகியை ஒருவன் துரத்திக் கொண்டு வருகிறான். அவள் மூக்கை உறிஞ்சும் சத்தம் கேட்கும் அறையை நோக்கிக் கத்தியை எடுத்துக் கொண்டு நகர்கிறான். எப்படியும் கொன்றுவிட வேண்டும் என்கிற நினைப்பில் அறைக்குள் நுழைகிறான். ஆனால் அந்த அறையில் அவள் இருப்பதில்லை. தனது குரலை ரெக்கார்டரில் பதிவு செய்து வைத்துவிட்டு அவள் வேறு அறையில் ஒளிந்திருக்கிறாள். ரெக்கார்டரைப் பார்த்து அவன் சுதாரிப்பதற்குள் ஓடி வந்து தாக்குகிறாள். இப்படியான சுவாரஸியங்கள் படம் நெடுகவும் உண்டு. செல்போன் சிக்னல் ஜாமர், ஐன்ஸ்டைனின் கண்டுபிடிப்பு, ஹெய்ஸன்பெர்க்கின் நிலையற்ற தன்மை குறித்தான விளக்கங்கள் போன்ற அறிவுசார்ந்த விஷயங்கள் ப்ளாஷ் அடித்துவிட்டுச் செல்வது படத்தின் விறுவிறுப்பைக் கூட்டுகின்றன.

அமெரிக்காவின் கல்வி வளாகங்களில் அவ்வப்போது யாராவது துப்பாக்கியை எடுத்து வந்து சுட்டுத் தள்ளுகிறார்கள் என்கிற செய்திகளிலிருந்துதான் இந்தக் கதை உருவாகியிருக்கக்கூடும். அதை சற்று மாற்றியிருக்கிறார்கள். பாதுகாப்பு பலவீனமான கல்வி வளாகம்தான் களம். ஆனால் எல்லோரையும் பெரும்மொத்தமாகச் சுடுவதற்கு பதிலாக ஒரு பெண்ணைக் குறி வைத்து உள்ளே நுழைகிறார்கள். அவர்கள் நுழைந்தபிறகு அந்தப் பெண்ணின் கதாபாத்திரத்தோடு பார்வையாளனை ஒன்றச் செய்கிறார்கள்.

பாத்திரம் பயப்படும்போது பார்வையாளன் பயப்படுகிறான். நாயகி மூச்சு வாங்கும்போது நமக்கு மூச்சு நிற்கிறது. இதை இயக்குநர் அட்டகாசமாகச் செய்து முடித்திருக்கிறார். மையக் கதையோடு சேர்த்து இந்தக் கொலைகளை ஏன் செய்கிறார்கள்? இணையத்தில் எதற்காக அவற்றை அப்லோடு செய்கிறார்கள் என்பதையெல்லாம் போகிறபோக்கில் வேகமாகக் காட்டிவிடுகிறார்கள்.

வெகு நாட்களாக த்ரில்லர் படம் ஒன்றைப் பார்க்க வேண்டும் என்கிற ஆசை இருந்தது. குரூரம் எதுவும் இல்லாமல் வெறுமனே பயமூட்டும்படியான படம். அதை இந்தப் படம் பூர்த்தி செய்கிறது.

* * *

லிட்டில் ஆக்ஸிடென்ட்ஸ்

(Little Accidents)

பால்யத்தில் ஒரு நாள் பஸ் ஓட்டி விளையாடிக் கொண்டிருந்தோம். அதுவொன்றும் சிக்கலான விளையாட்டு இல்லை. சரடு ஒன்றை எடுத்து இரு நுனிகளையும் ஒரு முடிச்சால் இணைத்து அதற்குள் நான்கைந்து பேர் வரிசையாக நின்று கொள்ள வேண்டும். முன்னாடி நின்று கொண்டிருப்பவன் ஓட்டுநர். பின்னாடி நிற்பவன் நடத்துநர். பேருந்து வீதி வீதியாக வரும். ஓட்டுநர் வாயால் ஒலியெழுப்பியபடியே ஓட்டுவான். நடத்துநர் ஆங்காங்கே பயணிகளை ஏற்றியும் இறக்கியும் சிகரெட் அட்டைகளை பயணச்சீட்டாகக் கொடுப்பான். அவ்வளவுதான் விளையாட்டு. அப்படியான ஒரு நாளில் நடத்துனரான எனக்கும் ஓட்டுநரான சரவணனுக்கும் ஏதோ பிரச்சினை வந்துவிட்டது. மனஸ்தாபம். குறுக்குபுத்தி வேலை செய்யத் தொடங்கியது. அவன் மிக வேகமாக ஓடிக்கொண்டிருந்தபோது திடீரென்று நின்றுவிட்டேன். சரடு அறுந்துவிடும் என்று எதிர்பார்க்கவில்லை. ஆனால் அறுந்துவிட்டது. அவன் கீழே விழவும் மற்றவர்கள் அவன்மீது விழுந்து அமுக்கினார்கள். வெற்றிப் புன்னைகையுடன் நின்று கொண்டிருந்தேன். அந்தச் சந்தோஷம் சில வினாடிகளுக்கு மட்டும்தான். சரவணன் எழுந்திருக்கவேயில்லை. என்னையுமறியாமல் உடல் பதறத் தொடங்கியது. மற்றவர்கள் அவனை எழுப்ப முயன்றபோது கவ்விய பயத்துடன் அவனையே பார்த்துக் கொண்டிருந்தேன். அவனுடைய நெற்றி உடைந்து ரத்தம் பெருக்கெடுத்திருந்தது. அந்த அதிர்ச்சியில் அவன் பேச்சு மூச்சில்லாமல் கிடந்தான். மருத்துவமனைக்கு தூக்கிக் கொண்டு ஓடினார்கள். என்னால்தான் நடந்தது என்று யாரும் சொல்லவில்லை. உண்மையில் யாருக்குமே காரணம் தெரியாது. ஆனால் அவனது காயத்துக்கு முழுப்பொறுப்பும் நான்தான் என்பது எனக்கு மட்டும்தான் தெரியும்.

ELIZABETH
BANKS
BOYD
HOLBROOK
CHLOE
SEVIGNY
JACOB
LOFLAND
JOSH
LUCAS
THE TRUTH IS RARELY
PURE AND NEVER SIMPLE.
sundance
LITTLE
ACCIDENTS

நாம் செய்யும் பெரும்பாலான செயல்களில் அதன் விளைவுகளை எதிர்பார்ப்பது இல்லை. நாம் ஒன்று நினைக்க இன்னொன்று நடந்துவிடுகிறது. சரவணன் விவகாரத்திலும் அதுதான் நடந்தது. கயிறு அவன் வயிற்றை இறுக்கும். அது அவனுக்கு வலியுண்டாக்கும் என்றுதான் எதிர்பார்த்தேன். ரஸாபாஸம் ஆகிவிட்டது. சண்டை வரும்போதும் சரி அல்லது வேறு பிரச்சினைகளின்போதும் சரி நம்முடைய சிறு எதிர்ப்பைத்தான் காட்டுகிறோம். ஆனால் அந்தச் சிறு எதிர்ப்புதான் பல சமயங்களில் மிகப்பெரிய சிக்கல்களைக் கொண்டு வந்து விட்டு விடுகிறது. அவை எந்தக் காலத்திலும் நிவர்த்தி செய்யவே முடியாத சிக்கல்களாகக்கூட அமைந்துவிடும் போதுதான் காலத்தைத் திரும்பிப்பார்க்கவே மனம் கூசுகிறது.

அப்படியான சிக்கலில் ஒரு பையன் சிக்கிக் கொள்கிறான். பதின்ம வயதில் இருக்கும் பொடியன் அவன். அவனைச் சுற்றி நகரும் கதைதான் Little Accidents படம். அமெரிக்காவின் ஒரு சிறிய நகரம் அது. அந்த ஊரில் ஒரு நிலக்கரிச் சுரங்கம் இருக்கிறது. அந்த ஊரில் நிறையப் பேருக்கு அந்தச் சுரங்கம்தான் வாழ்வாதாரம். நிலக்கரிச் சுரங்கத்தில்தான் நம் பொடியனின் அப்பாவும் வேலை செய்கிறார். சுரங்கத்தில் ஒரு விபத்து நிகழ்கிறது. பத்து பணியாளர்கள் இறந்துவிடுகிறார்கள். அதில் பொடியனின் அப்பாவும் ஒருவர். அம்மாவின் தலையில் பாரம் இறங்குகிறது. பொடியனையும் அவனுடைய தம்பியையும் பாதுகாக்கும் பொறுப்பு அது. பொடியன் விவரமானவன்தான் ஆனால் தம்பி சற்று மனவளர்ச்சி குன்றிய குழந்தை. இரண்டு மகன்களையும் வீட்டில் விட்டுவிட்டு வேலைக்குச் செல்கிறாள்.

அதே ஊரில் இன்னொரு குடும்பமும் இருக்கிறது. அந்த சுரங்கத்தில் அதிகாரியாகப் பணியாற்றுபவரின் குடும்பம் அது. அவர்களுக்கும் ஒரு மகன் இருக்கிறான். அவனை ஜே.டி என்கிறார்கள். நம் பொடியனின் வயதையொத்தவன். அவர்களது வீட்டில் நிறுத்தி வைக்கப்பட்டிருக்கும் கார் கண்ணாடியை யாரோ உடைத்துவிட்டுப் போகிறார்கள். தொழிற்சாலையில் பணிபுரியும் பணியாளர்கள் யாராவது விபத்து நடப்பதற்கு இந்த அதிகாரிதான் காரணம் என்று கண்ணாடியை உடைத்திருக்கக் கூடும் என்று நினைத்துக் கொள்கிறார்கள். நாமும் அப்படித்தான் நினைக்கிறோம். அதிகாரியின் மகனுக்கு நிறைய நண்பர்கள் உண்டு. ஆனால் அவர்கள் பொடியனை தங்கள் குழாமோடுச் சேர்த்துக் கொள்வதில்லை. பொடியன் வீட்டிலிருந்து பியர் பாட்டில்களையெல்லாம் எடுத்துச் சென்று கொடுக்கிறான்.

அப்பபடியாவது தம்மைச் சேர்த்துக் கொள்வார்கள் என்று நம்புகிறான். ஆனாலும் ரிஸல்ட் பூஜ்ஜியம்தான்.

கதையில் இரண்டு குடும்பங்கள் ஆகிவிட்டதல்லவா? இவர்கள் இரண்டு குடும்பம் தவிர, இன்னொரு முக்கியமான பாத்திரமும் உண்டு. விபத்தில் தப்பித்த அமோஸ். அவன் மட்டும்தான் விபத்தில் தப்பித்த ஒரேயொருவன். அவனோடு இருந்த அத்தனைபேரும் இறந்து போய்விடுகிறார்கள். விபத்தைப் பற்றி அதிகாரிகளும் மற்றவர்களும் விசாரிக்கும் போது வாயைத் திறப்பதேயில்லை. தான் எதையாவது உளறிவைத்தால் அது தன்னோடு இறந்துபோனவர்களை அவமானப்படுத்திவிடுவதுபோலாகிவிடும் என்றோ அல்லது ஒருவேளை சுரங்கத்தை மூடிவிட்டால் மற்றவர்களின் வாழ்க்கை பாதிக்கப்படும் என்றோ பயப்படுகிறான். அமோஸுக்கு குடும்பம் எதுவும் இல்லை. வயதான தந்தை மட்டும் இருக்கிறார். மற்றபடி திருமணமாகாத தனிக்கட்டை.

இவர்களை வைத்து ஒரு முக்கோணத்தை வரைகிறார் இயக்குநர். இந்த முக்கோணத்தை வைத்துக் கொண்டு படத்தை அட்டகாசமாக்கியிருக்கிறார் சாரா. அவர்தான் இயக்குநர் – அவருக்கு இது முதல் படம்.

படத்தின் தொடக்கத்தில் சுரங்க விபத்து குறித்தான குறிப்புகள் வரும்போது அதுதான் படத்தின் முக்கியமான திருப்பமாக இருக்கும் என்று யோசிக்கச் செய்கிறார்கள். ஆனால் படத்தின் முக்கியத் திருப்பம் என்பது சுரங்க விபத்து இல்லை. படத்தில் இடம்பெற்றிருக்கும் அத்தனை கதாபாத்திரங்களுக்கும் ஏதாவதொருவிதத்தில் மனரீதியிலான அழுத்தத்தை உருவாக்குகிறது என்கிறவகையில் விபத்து முக்கியமான நிகழ்வு. அவ்வளவுதான்.

அப்படியென்றால் எது முக்கியமான திருப்பம்? பியர் பாட்டிலைக் கொண்டு வந்து நண்பர்களுக்கு பொடியன் கொடுக்கிறான் அல்லவா? அந்த தினம்தான். அப்பொழுது பொடியனின் தம்பியும் வீட்டிலிருந்து கிளம்பி கூடவே வருகிறான். இவனிடம் பியரை வாங்கிக் குடிக்கும் சக நண்பர்கள் ஒரு பெண்ணைத் தேடிச் செல்வதாகச் சொல்லிவிட்டு பொடியனை மட்டும் கழட்டிவிட்டுச் செல்கிறார்கள். பொடியன் பயங்கரக் கடுப்பில் இருக்கிறான். எல்லோரும் சென்றுவிட்ட பிறகு சில கணங்களில் அந்த அதிகாரியின் மகன் மட்டும் திரும்ப அதே இடத்துக்குத்தான் வருகிறான். அவன் என்னவோ பியர் பாட்டிலைத் தேடித்தான் வருகிறான். ஆனால் பொடியனுக்கும் அவனுக்கும்

வாய்த் தகராறு முற்றிவிடுகிறது. 'உங்கள் அப்பாவால்தான் சுரங்க விபத்து நடந்தது' என்றும் அதை மறுத்தும் சண்டையிட்டுக் கொள்கிறார்கள். இந்த இடத்தில்தான் அந்த எதிர்பாராத விபத்து நிகழ்கிறது. பொடியன் ஒரு கல்லை எடுத்து வீச அதிகாரியின் மகன் பேச்சு மூச்சில்லாமல் விழுந்துவிடுகிறான். சரவணன் மாதிரி இல்லாமல் உயிரையும் விட்டுவிடுகிறான். பொடியன் சமயோசிதமாகச் செயல்படுகிறான். மரங்கள் அடர்ந்த அந்தக் காட்டுப்பகுதிக்குள் பிணத்தை மறைத்துவிட்டு தம்பியை அழைத்துச் செல்கிறான். தம்பியின் வாயை அடைக்க வேண்டுமல்லவா? சாக்லேட் வாங்கித் தருவதாகக் கெஞ்சியும் மிரட்டியும் சமாளிக்கிறான்.

அதேசமயம் அந்த அதிகாரியின் குடும்பத்தினர் போலீஸாரின் உதவியுடன் மகனைக் காணவில்லை என்றுதான் தேடத் தொடங்குகிறார்கள். ஆனால் அவனைப் பற்றிய எந்தத் தடயமும் இல்லாதது அவர்களுக்கு கடும் மன அழுத்தத்தை உருவாக்குகிறது. இதில் இன்னொரு பிரச்சினையும் அந்த அதிகாரிக்கு வந்து சேர்கிறது. நடந்த சுரங்க விபத்தில் தொழிற்சாலை அவனை பகடைக்காயாக்குகிறது. அவனுக்கு அலுவலகத்திலும் பிரச்சினை, மனைவியின் துக்கமும் பிரச்சினை, தன் மகன் இல்லாததும் வேதனை. நொந்து போகிறான். இவன் அலுவலகத்தின் பிரச்சினைகளோடு போராடத் தொடங்கும்போது அவனுடைய மனைவி தன்னுடைய துக்கங்களுக்கு வடிகால் இல்லாமல் தவித்துப் போகிறாள். சுரங்க விபத்தில் உயிர் தப்பித்த அமோஸ் அவளை பைபிள் வகுப்புக்கு அழைக்கிறான். அவன் இன்னமும் மருத்துவ சிகிச்சையில்தான் இருக்கிறான். கை, கால்கள் சரியாக இயங்குவதில்லை. அவனும் ஆறுதல் தேடும் மனநிலையில்தான் பைபிள் வகுப்புகளுக்குச் செல்கிறான். ஆக, இரண்டு பேரும் ஒருவருக்கொருவர் ஆறுதலாக இருக்கிறார்கள். இந்தச் சூழலில் அமோஸூக்கும் அதிகாரியின் மனைவிக்குமிடையே காதல் அரும்புகிறது. அது காமத்தோடு மலர்கிறது. அதை வெறும் காமம் என்று மட்டும் சொல்லிவிட முடியாது. சக மனித மனத்திடம் இன்னொரு மனித மனம் தேடும் ஆறுதல்.

இது, ஒரு தனியான ட்ராக்கில் சென்று கொண்டிருக்கும் போதுதான் செய்த கொலையை மனதுக்குள் புதைத்துக் கொண்ட பொடியன் அதிகாரியின் வீட்டில் பகுதி நேர வேலைகளைச் செய்கிறான். அவனாக விருப்பப்பட்டுத்தான் அந்த வீட்டுக்கு வருகிறான். தோட்டத்தை சீராக்குவதுதான் அவனுடைய

முக்கியமான வேலை. அடிக்கடி வந்து போகிறவன் அந்தக் குடும்பத்தின் அன்பையும் வலியையும் புரிந்து கொள்ளத் தொடங்குகிறான். அவனுடைய குற்றவுணர்ச்சி அழுத்துகிறது. அவனுடைய தம்பிக்கும் அழுத்தம் அதிகரிக்கிறது. ஆனால் தங்களது பிரச்சினையை யாரிடமும் பகிர்ந்துகொள்ள முடிவதில்லை. புழுங்கிக் கொண்டிருக்கிறார்கள்.

பாத்திரங்களைச் செதுக்கியிருக்கிறார்கள் என்றுதான் சொல்ல வேண்டும். இந்த உலகில் யாருக்குத்தான் பிரச்சினையில்லை? ஆனால் ஆளாளுக்கு வெவ்வேறு பிரச்சினைகள். ஆனால் இந்தப் பாத்திரங்களுக்கு ஒரு சம்பவம்தான் பிரச்சினை. அது உருவாக்கும் அழுத்தங்கள்தான் சிக்கல். இந்தப் பிரச்சினைக்கான வடிகால் எதுவும் இருக்கிறதா என்று தேடலில் படம் முடிகிறது.

மிகச் சாதாரணமாகத்தான் படத்தை பார்க்கத் துவங்கினேன். ஆனால் இது, சாதாரணமாக பார்க்கக் கூடிய படமில்லை. ஒரு மிகப்பெரிய அழுத்தம் படத்தின் அத்தனை பாத்திரங்களின்மீதும் அந்த அழுத்தம்தான் செயல்பட்டுக் கொண்டிருக்கிறது. அந்த அழுத்தம்தான் அத்தனை பேருடைய வாழ்க்கைப் போக்கையும் நிர்ணயிக்கிறது. அதை மனிதர்கள் எப்படி எதிர்கொள்கிறார்கள், சூழல்களுடன் எப்படி தோற்றுப் போகிறார்கள் என்பதையெல்லாம் தத்ரூபமாக்கியிருக்கிறார்கள். இவ்வளவு வலிமையான கருவை எடுத்துக் கொண்டு அதை கதையாகவும் திரைக்கதையாகவும் நடிப்பாகவும் மாற்றுவது சாதாரண காரியமாகத் தெரியவில்லை. ஆனால் அதை இந்தப் [illegible]த்தில் சாதித்திருக்கிறார்கள். I love it!

* * *

ஃப்ரீ மென்

(Free Men)

‘சார் பணம்தான் முக்கியம்... மத்ததெல்லாம் தானா வரும்’ என்று சொல்பவர்களை சாதாரணமாகப் பார்க்கலாம். நாமேகூட அவ்வப்போது அப்படித்தானே நினைத்துக் கொள்கிறோம்? பணம் மட்டும்தான் முக்கியமா? வேறு எந்தப் பிரச்சினையும் இல்லாதபோது பணம் முக்கியமாகத் தெரியலாம். இந்தியா பாகிஸ்தான் பிரிவினையின்போது இந்தப் பக்கத்திலிருந்து அந்தப் பக்கமும் அந்தப் பக்கத்திலிருந்து இந்தப்பக்கமும் ஓடி வந்தவர்கள் தங்களுடைய சொத்துகளை விட்டுவிட்டு ஓடுகிறோம் என்பதை நினைத்துப் பார்த்திருப்பார்களா? ஹிட்லரின் ஆட்கள் யூதர்களைத் தேடித் தேடிக் கொன்றபோது யூதர்களுக்கு பணம்தான் முக்கியமாக தெரிந்திருக்குமா? அவ்வளவு தூரம் போக வேண்டாம். சமீபத்தில் நேபாளத்தில் பூமி குலுங்கியபோது பதறியடித்துக் கொண்டு ஓடி உயிரைக் காத்துக் கொண்டவர்கள் சொத்து போய்விட்டது என்று புலம்பியிருப்பார்களா? பணம் முக்கியம்தான். ஆனால் அதைவிடவும் முக்கியமானவை எவ்வளவோ இருக்கின்றன.

எதற்கெடுத்தாலும் கைது செய்யப்பட்டு அடித்து நொறுக்கப்படும்போதுதான் சுதந்திரம் என்பதன் அவசியத்தை உணர்வோம். அதிகாரத்தின் மிரட்டல் தனது கூரிய நகங்களை நம்மீது இறக்கிக்கொண்டேயிருக்கும்போதுதான் தப்பித்தலின் ஆசுவாசத்தை புரிந்துகொள்வோம். நம் கண் முன்னால் அடுத்தவர்கள் வேட்டையாடப்பட்டு உயிர் பறிக்கப்படும் போதுதான் உயிர்களின் மதிப்பை உணரத் தொடங்குவோம். வெறும் பணமும் சௌகரியமுமான வாழ்க்கையும் மட்டுமே நமக்கு எல்லாவற்றையும் கொடுத்துவிடுவதில்லை.

யூனுஸ் அப்படியான கதாபாத்திரம்தான். யார் யூனுஸ்?

TAHAR RAHIM
MICHAEL LONSDALE
MAHMOUD SHALABY
LUBNA AZABAL
In 1942, they fought together for freedom...
FREE MEN
A FILM BY ISMAËL FERROUKHI
OFFICIAL SELECTION
CANNES FILM FESTIVAL
FILM MOVEMENT
MEDIA
WWW.FILMMOVEMENT.COM

Free Men படத்தின் நாயகன். இது ஃப்ரெஞ்ச் படம். 2011ஆம் ஆண்டு வெளிவந்தது. 1940களில் இருந்த பாரீஸ் நகரம்தான் கதைக்கான களம். படத்தைப் பற்றி பேசுவதற்கு முன்பாக அந்தக் காலகட்டத்தில் அந்நகரத்தின் வரலாறை கொஞ்சமேனும் தெரிந்துகொள்வது நல்லது. 1940ஆம் ஆண்டிலிருந்து 1944 வரை ஹிட்லரின் நாஜிப்படைகளிடம் பாரீஸ் நகரம் சிக்கியிருந்தது என்பது வரலாற்று உண்மை. கிட்டத்தட்ட நான்கு ஆண்டுகள். அந்தக் காலக்கட்டத்தில்தான் 'சுத்திகரிப்பு' வேலைகளை நாஜிக்கள் கன ஜோராகச் செய்தார்கள். அப்படிச் சொல்லிக் கொண்டுதான் யூதர்களை அழித்தொழித்தார்கள். யூதர் என்று தெரிந்துவிட்டால் அவ்வளவுதான் – கிழவன், குஞ்சு, குளுவான் என்று எந்த பாரபட்சமும் பாராமல் துப்பாக்கித் தோட்டாக்களை இறக்கினார்கள். விஷவாயு அறைக்குள் தள்ளினார்கள். இப்படி ஏதாவதொரு வகையில் யூதர்களின் கதையை முடித்துக் கொண்டிருந்தார்கள்.

இந்த நாஜிக்கள்தான் ஜெர்மனியில் மட்டுமில்லாது தங்கள் கட்டுப்பாட்டில் இருந்த பாரீஸ் நகரத்திலும் யூதர்களைத் வேட்டையாடத் தொடங்கினார்கள். அந்தச் சமயத்தில் மொராக்கோ, அல்ஜீரியா உள்ளிட்ட நாடுகள் ஃப்ரெஞ்ச் காலனியாதிக்கத்தில் இருந்தன. உலகப்படத்தில் பார்த்தால் தெரியும் இந்த நாடுகள் ஃப்ரான்ஸுக்கு அருகாமையில் இருக்கின்றன. அதனால் அந்த தேசங்களிலிருந்து நிறையப் பேர் ஃப்ரான்ஸில் குடியேறியிருந்தார்கள். இந்த வெளிநாட்டவர்களையும் நாஜிக்கள் தேடத் தொடங்கியிருந்தார்கள். அவர்களில் யாராவது யூதர்கள் என்று தெரிந்தால் அழித்தொழிப்புதான். அடுத்தபடியாக அந்த வட ஆப்பிரிக்க நாடுகளுக்குள் நுழையும் முஸ்தீபுகளையும் ஹிட்லரின் படைகள் மேற்கொண்டிருந்தன.

இதெல்லாம் படத்துக்கான பின்னணி.

இந்தச் சூழலில் ஜெர்மானியர்களின் வேட்டைக்கு பயந்து வெளிநாட்டவர்களும் யூதர்களும் பாரீஸ் நகரத்தில் ஆங்காங்கே ஒளிந்திருக்கிறார்கள். பாவம். சாப்பாட்டுக்குத்தான் வழியில்லை. இங்குதான் நம் நாயகன் யூனுஸ் வருகிறான். நகரில் மறைந்து வாழும் வெளிநாட்டவர்களுக்கு உணவு, சிகரெட் ஆகியவற்றைக் கொடுக்கும் வேலையைச் செய்கிறான். Black Market. ரிஸ்க் அதிகம்தான். ஆனால் கொழுத்த வருமானம். தொழிற்சாலை ஒன்றில் வேலை செய்வதற்காக யூனுஸ் இந்த நகரத்துக்கு வந்திருந்தான். ஆனால் போரின் காரணமாக வேலை போய்விட்டது.

வீட்டுக்கு பணம் அனுப்ப வேண்டிய தேவை இருப்பதால் இந்த வேலையைச் செய்கிறான். இது பெரிய குற்றச்செயல்தான். ஆனால் வருமானம் வருகிறது என்பதால் பின்விளைவுகளைப் பற்றியெல்லாம் பெரிதாகக் கவலைப்படுவதில்லை. எண்ணூறு ஃப்ராங்க் (அந்தக்காலத்தில் ஃப்ரெஞ்ச் பணம்) பெறுமானமுள்ள டர்புக்கா என்னும் இசைக்கருவியை வெறும் ரொட்டிக்கும் சிகரெட் பாக்கெட்டுக்குமாக கொடுத்துவிடுகிற சிரமம் ஒளிந்து வாழ்கிறவர்களுக்கு. அதை யூனுஸ் பயன்படுத்திக் கொள்கிறான்.

இந்த இடத்தில் சலீம் ஹலாலியைப் பற்றிச் சொல்லிவிட வேண்டும். அல்ஜீரிய பாடகர். வட ஆப்பிரிக்க இசையை வேறொரு பரிமாணத்துக்கு கொண்டு சென்றவர் என்று பாராட்டுகிறார்கள். அவருடைய பாடல்கள் யூடியூப் உள்ளிட்ட தளங்களில் கிடைக்கின்றன. இந்தப் படத்தில் சலீமுக்கு முக்கியமான பாத்திரம் உண்டு. அவர் உண்மையில் இஸ்லாமியர் இல்லை. யூதர். ஆனால் மசூதிகளிலும் பாரீஸ் நகர விடுதிகளிலும் பாடிக் கொண்டிருக்கிறார். ஜெர்மானியர்களிடம் சிக்கினால் பிரச்சினைவரும்தானே? வருகிறது.

ஹிட்லரின் ஆட்களைப் பொறுத்தவரை யூதர்கள்தான் குறி. இஸ்லாமியர்கள் பிரச்சினையில்லை. விசாரித்துவிட்டு விட்டுவிடுவார்கள். இதைத்தான் பாரீஸ் நகரத்தின் மசூதியில் வாழ்ந்த இஸ்லாமியப் பெரியவர் பயன்படுத்திக் கொள்கிறார். பெங்காபிரிட் என்னும் அவர் மனிதாபிமானமிக்கவர். வட ஆப்பிரிக்காவிலிருந்து வருகிற யூதர்களுக்கு இஸ்லாமியர் என்பதற்கான சான்றிதழ்களை வழங்குகிறார். போலிச் சான்றிதழ்கள்தான். தெரிந்தால் சுட்டுப் பொசுக்கி விடுவார்கள். ஆனாலும் அவர் சான்றிதழ்களை வழங்கியும் தனது மசூதியில் யூதர்களுக்கு தங்குமிடத்தை வழங்கியும் காப்பாற்றிக் கொண்டிருக்கிறார். ஒரு கட்டம் வரை இவரை மதித்துக் கொண்டிருந்த ஜெர்மானிய ராணுவத்தினர் அதன்பிறகு பெரியவரையும் அவரது மசூதியையும் கண்காணிப்பு வளையத்திற்குள் கொண்டு வருகிறார்கள். அந்தப் பெரியவரையும் படத்தின் பாத்திரமாக மாற்றியிருக்கிறார்கள்.

சலீமிடமும் ஒரு போலிச் சான்றிதழ் உண்டு. அதை வைத்துக் கொண்டுதான் சுற்றிக் கொண்டிருக்கிறான்.

யூனுஸ், பெங்காபிரிட், சலீம் இவர்கள்தான் படத்தின் முக்கிய பாத்திரங்கள். ஜெர்மானியர்களின் வேட்டை, அவர்களிடம் சிக்கியிருக்கும் பாரீஸ் ஆகியன அரசியல் மற்றும் வரலாற்றுப் பின்னணி. இதில்தான் கதை சூடு பிடிக்கிறது. ஏற்கனவே

சொல்லியிருந்தபடி ஆரம்பத்தில் யூனுஸுக்கு பெரிய அரசியல் புரிதல் எதுவும் இல்லை. 'பணம் வந்தா சரி' என்றிருக்கிறான். சிகரெட், ரொட்டி விற்று காசு சேகரிப்பதோடு அவனுடைய வேலை முடிந்துவிடுகிறது. ஓர் உறவுக்காரன் ஒருவனோடு அறையில் தங்கியிருக்கிறான். அந்த உறவுக்காரன் ஒரு போராளி. நாஜிக்களை எதிர்த்து சண்டையிடும் ஃப்ரெஞ்ச் ரெஸிஸ்டன்ஸ் எனப்படும் இயக்கங்கள் ஒன்றில் இணைந்திருக்கிறான். வேட்டிக்குள் ஓணான் இருப்பது யூனுஸுக்குத் தெரிவதில்லை. திடீரென்று போராளியைத் தேடிவரும் போலீஸார் யூனுஸை பிடித்துச் சென்றுவிடுகிறார்கள். கன்னத்தைக் கிழித்த பிறகுதான் இவன் ஒரு 'டம்மி பீஸ்' என்பதைக் கண்டுபிடிக்கிறார்கள். சிறுதுரும்பும் பல் துலக்க உதவும் அல்லவா? அந்த லெப்டினெண்ட் ஒரு ஒப்பந்தம் போட்டுக் கொள்கிறான். அந்த மசூதியில் நடக்கும் அத்தனை விவரங்களையும் உளவு பார்க்கச் சொல்கிறான். இந்த வேலைக்கு ஈடாக பெரிய பணம் தருவதாகச் சொல்கிறான். யூனுஸூக்கு பணம்தான் முக்கியம் என்பதால் ஒத்துக் கொள்கிறான்.

உளவு பார்க்கத் தொடங்குகிறான். இப்படி வாழ்க்கை ஓடிக் கொண்டிருக்கும் சமயத்தில்தான் தனக்கு கிடைக்கும் டர்புக்காவை விற்பதன்வழியாக சலீமுடன் நட்பாகிறான். இதனிடையே மசூதியில் வேலை செய்யும் ஒரு பெண்ணைக் காதலிக்கத் தொடங்குகிறான் – அதைக் காதல் என்று சொல்ல முடியாது. ஒரு ஈர்ப்பு. அதே சமயத்தில் பெற்றோரை இழந்துவிட்ட இரண்டு யூதக் குழந்தைகளை அழைத்து மசூதியில் தங்க வைக்கிறான். ஜெர்மானியர்களின் அழிச்சாட்டியங்கள் யூனுஸை கிளறுகின்றன. சூழலின் வெக்கையை உணரத் தொடங்குகிறான் யூனுஸ். தான் காதலிக்கும் பெண் போராளி என்று தெரிய வருகிறது. அவளைச் சுட்டுக் கொல்வதற்காக ஜெர்மானியர்கள் கைது செய்து அழைத்துச் செல்கிறார்கள். தூரத்தில் இருந்து பார்க்கிறான். இப்படியாக சலீம், இசுலாமியப் பெரியவர், யூதக் குழந்தைகள், அறைத் தோழன், காதலி என எல்லோருக்குமே சிக்கல்கள் வந்துகொண்டேயிருக்கின்றன என்பது யூனுஸை மாற்றுகிறது. அதுவரை பணம் மட்டுமே பிரதானம் என்று வியாபாரியாகவும் உளவாளியாகவும் சுற்றித திரியும் அவன் கொஞ்சம் கொஞ்சமாக மாறுகிறான். பணத்தைத் தாண்டிய விஷயங்கள் நிறைய இருக்கின்றன என்பதை உணர்கிறான். அறைத் தோழன் மற்றும் அவனுடைய புரட்சி நண்பர்களுடனும் சேர்ந்து சுற்றுகிறான். ஒரு சமயத்தில் நாஜிப்படை வீரனைச் சுட்டுக் கொல்கிறான். நாஜிக்களுக்கு உளவாளியாக இருக்கும் ஓமர் என்கிற மருத்துவரையும் சுடுகிறான். யூதக் குழந்தைகளைக்

காப்பாற்றுகிறான். ஜெர்மானியர்களிடமிருந்து சலீமைக் காப்பாற்றுகிறான். அவன் முழுமையான போராளியாகிறான்.

1944ஆம் ஆண்டு ஜெர்மானியர்களிடமிருந்து பாரீஸ் நகரம் மீட்கப்படுவதோடு படம் முடிகிறது.

வெளிநாட்டு படத்தைப் புரிந்துகொள்வது என்பது அந்த நாட்டின் கலாச்சாரத்தையும் வரலாற்றையும் அரசியலையும் தெரிந்துகொள்வது என்பார்கள். அதனால் படத்துக்கான பின்னணிகளையும் தெரிந்துகொண்டு பார்க்க வேண்டியிருக்கிறது. அப்படிப் பார்த்தால் படத்தோடு சேர்த்து ஒரு வரலாற்றுத் துளியையும் பருகிக் கொள்ளலாம். நான் பருகிக்கொண்டேன்.

* * *

பாய் ஹூட்

(Boyhood)

கிட்டத்தட்ட இருபது வருடங்களுக்கு முன்பாக வார இதழ் ஒன்றில் வெளியான அப்போதைய பிரபல நடிகரின் பேட்டி இன்னமும் ஞாபகத்தில் இருக்கிறது. அந்தச் சமயத்தில் அவர், தந்தை ஆகியிருந்தார். தனது குழந்தை வளர்வதை தினந்தோறும் பதிவுசெய்துவைக்கப்போவதாக அந்தப் பேட்டியில் தெரிவித்திருந்தார். டிஜிட்டல் கேமராக்கள் வந்திராத காலம் அது. தனது வீடியோ கேமராவில் படம் பிடித்து அவற்றை கேஸட்களில் பதிவு செய்து வைப்பதுதான் அவருடைய திட்டம். அப்பொழுது அந்தச் செய்தியை வாசிக்க ஆச்சரியமாக இருந்தது. தினந்தோறும் அரை மணி நேரம் படம் பிடித்தாலும்கூட அதைச் சேகரித்து வைக்க ஏகப்பட்ட கேஸட்கள் தேவைப்படும். அதை தேவையான இடத்தில் வெட்டி ஒட்டினால் அது பொக்கிஷமாகிவிடும். இருபது வருடங்களுக்குப் பிறகு பார்க்கும் போது அந்தக் குழந்தைக்கு அதுவொரு மிகப்பெரிய பரிசாக இருந்திருக்கும். ஆனால், அதை அந்த நடிகரால் சாத்தியப்படுத்த முடிந்ததா என்று தெரியவில்லை என்றாலும் அவர் வெளிப்படுத்தியிருந்த ஆசை முக்கியமானதாகத் தெரிந்தது. உலகத்தில் இதை யாராவது செயல்படுத்திக் கொண்டிருப்பார்கள் என்று நம்பிக் கொண்டிருக்கிறேன்.

அப்படியொரு படம்தான் Boyhood. 2014ஆம் ஆண்டு வெளிவந்த படம் இது. இந்தப் படம் மிக முக்கியமானது என்றும் கட்டாயமாக பார்க்கவேண்டிய படம் என்றும் நிறையப் பேர் சொல்லியிருந்தார்கள். ஆறு வயதுச் சிறுவன் மேஸன் வளர்ந்து பதினெட்டு வயதுடைய வாலிபனாகிறான். அவனுடைய வாழ்க்கையின் திருப்பங்களும் சோகங்களும் சந்தோஷங்களும்தான் கதை. படம் பார்க்கும் போதே ஆச்சரியம் தொற்றிக் கொண்டது. ஆறு வயதுச் சிறுவனாக நடித்தவனின் முகத்துக்கு அச்சு அசலாக எட்டு வயதுச் சிறுவனாக நடித்தவனின் முகவெட்டு இருந்தது.

BoyHood
Written and Directed by
Richard Linklater

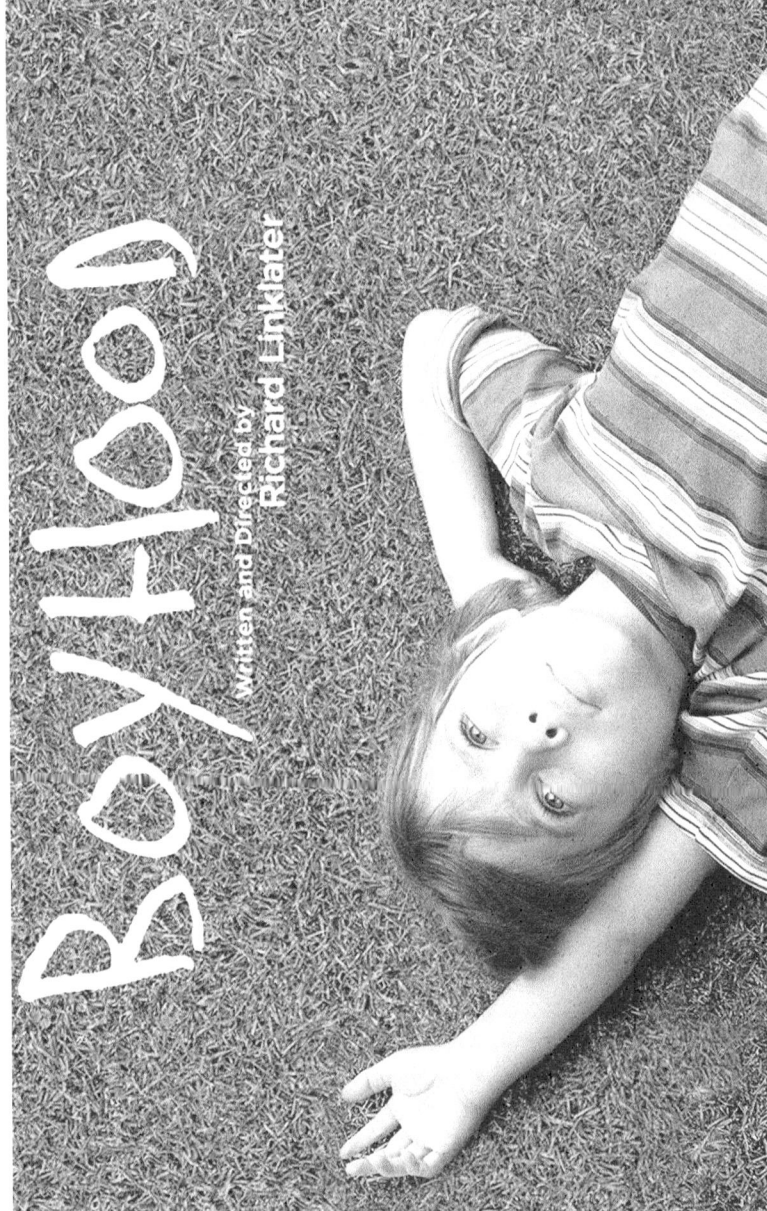

அதேபோலத்தான் பத்து வயதுச் சிறுவனாக நடித்தவனின் முகவெட்டும். குழப்பத்தோடு படத்தைப் பற்றிய விவரங்களைத் தேடியபோதுதான் தெரிந்தது எல்லோரும் வெவ்வேறு ஆட்கள் இல்லை. ஒருவனேதான். அந்தப் படத்தை பன்னிரண்டு வருடங்களாக எடுத்திருக்கிறார் இயக்குநர் ரிச்சர்ட் லின்க்லேட்டர்.

2002ம் ஆண்டிலேயே படப்பிடிப்பை ஆரம்பித்துவிட்டார்கள். அப்பொழுது இதுதான் கதை என்று எந்தத் திட்டவட்டமும் இல்லை. பிறகு 2013 வரை ஒவ்வொரு வருடமும் அவ்வப்போது படப்பிடிப்பு நடத்தியிருக்கிறார்கள். நடிகர்களிடமே அவர்களது சொந்த அனுபவங்களையெல்லாம் கேட்டுக் கேட்டுத்தான் கதையை வளர்த்திருக்கிறார்கள்... இப்படி மெல்ல வளர்ந்த படத்தை 2014ஆம் ஆண்டு வெளியிட்டிருக்கிறார்கள்... ஆனால், எவ்வளவுதான் நுணுக்கமாகப் பார்த்தாலும் என் சிற்றறிவுக்கு எந்த வித்தியாசத்தையும் கண்டுபிடிக்க முடியவில்லை. கடந்த பத்து பதினைந்து ஆண்டுகளில் தொழில்நுட்பத்தில் அசுர வளர்ச்சி நிகழ்ந்திருக்கிறது. நேற்று இருந்த கேமராவைவிட பன்மடங்கு ஆற்றல் வாய்ந்த கேமரா இன்று வந்திருக்கிறது. இசை, எடிட்டிங் உள்ளிட்ட எல்லாவற்றிலும் இந்த அசுர வளர்ச்சி இருக்கிறது. ஆனால் அந்த வித்தியாசம் தெரியாமல் படத்தை எடுத்திருக்கிறார்கள். 'இது பெரிய காரியமா? படம் ஆரம்பிக்கும்போது பயன்படுத்திய சாதனங்களையே கடைசி வரைக்கும் பயன்படுத்தினால் காரியம் முடிந்துவிடும்' என்று சொல்லிவிடலாம்தான். ஆனால், அதே சாதனங்களைப் பயன்படுத்தி 2014ல் வெளிவரும் இன்னொரு படத்தின் தரத்துக்கு எந்தவிதத்திலும் சளைக்காமல் வெளியிடுவது சாதாரண காரணமில்லைதானே? அதைத்தான் செய்திருக்கிறார்கள்.

மேஸன் என்கிற பொடியன்தான் கதையின் நாயகன். அவன் வளர வளர அவனுடைய பார்வையிலேயே கதையும் வளர்கிறது. தொடக்கத்திலேயே அவனுடைய அம்மாவும் அப்பாவும் பிரிந்துவிடுகிறார்கள். அதன் பிறகு தனக்கு நல்ல வேலை கிடைக்க வேண்டுமானால்,தான் கல்லூரிப்படிப்பை முடித்தாக வேண்டும் என அவனுடைய தாய் முடிவெடுக்கிறாள். தங்கள் ஊரைவிட்டு இன்னொரு ஊருக்குச் செல்கிறார்கள். அங்கு கல்லூரியின் பேராசிரியருடன் அம்மாவுக்கு காதல் அரும்புகிறது. விரும்பி அவரை மணம் முடிக்கிறாள். அந்தப் பேராசிரியருக்கு இரண்டு குழந்தைகள். ஆரம்பத்தில் அத்தனையும் சந்தோஷமாகத்தான் இருக்கிறது. மேஸனும் அவனுடைய அக்கா சமந்தாவும் இந்தக்

குழந்தைகளோடு ஒட்டிக் கொள்கிறார்கள். ஆனால், வெகு விரைவிலேயே அந்தப் பேராசிரியர் குடித்துவிட்டு அடிக்கத் தொடங்குகிறான். பயந்து நடுங்குகிறார்கள். தன்னுடைய குழந்தைகள் இருவரையும் இழுத்துக் கொண்டு அவனுடைய தாய் தப்பித்து ஓடுகிறாள். சமந்தாவுக்கு காதல் வருகிறது. மேஸனுடைய தாய்க்கும் இன்னொரு காதலன் கிடைக்கிறான். இடையிடையில் மேஸனின் தந்தை அடிக்கடி தனது குழந்தைகளைச் சந்தித்து அவர்களோடு நேரம் ஒதுக்குகிறார். இப்படி கதை நீண்டுகொண்டே போகிறது. கிட்டத்தட்ட இரண்டே முக்கால் மணி நேரப் படம் இது.

2002ஆம் ஆண்டு படத்தில் யாரெல்லாம் நடித்தார்களோ அவர்களேதான் 2013ஆம் ஆண்டிலும் நடித்திருக்கிறார்கள். இடையிடையே புதிய நடிகர்கள் வந்து சேர்ந்து கொள்கிறார்கள் என்றாலும் முக்கியமான நடிகர்கள் பத்து பன்னிரண்டு வருடங்களுக்குத் தொடர்ந்து ஒவ்வொரு வருடமும் சில வாரங்களை ஒதுக்கிக் கொடுத்திருப்பதை பாராட்டியே தீர வேண்டும். இவ்வளவு வருடங்களாக எடுக்கப்பட்ட இந்தப் படத்தில் ஒவ்வொரு சிறு விஷயங்களிலும் கவனம் செலுத்தப்பட்டிருக்கிறது. ஹாரிபாட்டரின் புத்தக வெளியீட்டிலிருந்து ஈராக் போர் வரை ஒவ்வொரு காலகட்டத்திலும் முக்கியமான நிகழ்வுகளைப் பார்த்துப் பார்த்துச் சேர்த்திருக்கிறார்கள். இதெல்லாம்தான் படம் பார்க்கிறோம் என்கிற ஒரு உணர்வே இல்லாமல் நகர்த்திக் கொண்டு போகிறது. ஏதோவொரு பையனின் வாழ்க்கைப் பதிவை பார்த்துக் கொண்டிருப்பதான பாவனை வந்து சேர்கிறது.

ஒரு அமெரிக்கக் குழந்தை எப்படி தன் வாழ்க்கையை எதிர்கொள்கிறது என்பதை இவ்வளவு தெளிவாகச் சொல்ல முடியுமா என்று தெரியவில்லை அல்லது வேறு யாரும் சொல்லியிருப்பார்கள் என்றும் நம்பிக்கையில்லை. அதனால்தான் இந்தப் படத்தை மைல்கல் என்று குதூகலித்து விமரிசனங்களை எழுதி இருக்கிறார்கள். அந்தக் குழந்தை இளைஞனாகும் வரையிலான அத்தனை மேடுபள்ளங்களையும் காட்டிவிடுகிறார்கள். அம்மாவும் அப்பாவும் பிரிகிறார்கள். அந்தச் சண்டையைப் பார்த்துத்தான் வளர்கிறான். நண்பர்களை விட்டுவிட்டு வேறு ஊருக்கு வருகிறார்கள். தனது பால்யத்திலிருந்து சிறுவனாக மாறிக்கொண்டிருக்கும் பருவத்தில் அவனது தலைமுடியை ஒட்ட கத்தரித்துவிட்டு மற்ற குழந்தைகளின் முன்பாக அவமானப்படுத்துகிறான் அம்மாவின் இரண்டாவது

கணவனான அந்தக் குடிகாரன். மூன்றாவதாக அமையும் அம்மாவின் கணவனுக்கும் இவனுக்குமிடையேயும் முரண்பாடுகள் நிறைகின்றன. டீன் – ஏஜ் பருவத்தில் நிற்கும் மேஸனுக்கு இது பெரிய தர்மசங்கடமாக இருக்கிறது. இதனூடாகத்தான் பாலியல் புத்தகங்களை வாசிக்கிறான். நண்பர்களோடு விவாதிக்கிறான். துளிர்த்து முறியும் அவனுடைய காதல்கள், நிழற்படங்கள் எடுக்கும் அவனது வேட்கை, ஆறுதலாகவும் தோழனாகவும் இடையிடையே வந்துபோகும் அப்பா என வளர்பருவத்தின் அத்தனை விஷயங்களையும் முடிந்தவரையிலும் பதிவு செய்திருக்கிறார்கள்.

இந்திய மனநிலையிலிருந்து மட்டும் இந்தப் படத்தைப் பார்த்தால் அது உருவாக்கக்கூடிய தாக்கம் அவ்வளவு முக்கியமானதாக இல்லாமல் இருக்கலாம். ஆனால், அமெரிக்க வாழ்வியலோடு இணைத்துப் பார்க்கும்போது படத்தின் நுண்பரிமாணங்களைப் புரிந்துகொள்ள முடியும். வெகு எளிதாகப் பிரிந்துவிடும் மனித உறவுகள், புதியதாக ஒரு இணையைச் சேர்த்துக் கொள்ளும் சாத்தியங்கள் உள்ளிட்ட கலாசாரக் கூறுகளுடன் சேர்த்து இந்தப் படத்தைப் பார்க்கும்போது புத்தாயிரத்தில் அமெரிக்கக் குழந்தைகள் எதிர்கொள்ளும் வாழ்க்கைக்கும் நம் குழந்தைகள் எதிர்கொள்ளும் வாழ்க்கைக்குமான ஒரு ஒப்புமையை உருவாக்கிக்கொள்ள முடிகிறது. மேற்கத்திய வாழ்வியல் முறை நோக்கி நகரும் நாம் இப்போது எந்த இடத்தில் நிற்கிறோம், எந்தத் திசையில் நகர்கிறோம், எதிர்காலத்தில் நாம் எந்த இடத்தை அடையப் போகிறோம் என்பது குறித்தான ஒரு பெருமொத்தமான முடிவுக்கு வந்துவிட முடியும்.

ஒரு மனிதனின் ஆளுமையைக் கட்டமைப்பதில் வளர் பருவத்துக்கு மிக முக்கியமான இடமுண்டு. அந்த வளர்பருவத்தின் சின்னச் சின்ன தருணங்களைக் கவித்துவமாகப் படமாக்கியிருக்கிறார்கள் என்று சொல்வதில் எந்த மிகைப்படுத்தலும் இல்லை. படத்தின் நீளம் சற்று அயற்சியூட்டுகிறதுதான். ஆனால், அதைச் சாக்குப்போக்காகச் சொல்லியெல்லாம் இந்தப் படத்தை தவிர்த்துவிடக்கூடாது. படமாக்கப்பட்ட விதத்தில் தொடங்கி பன்னிரண்டு வருடங்களில் நடிகர்களின் புற மற்றும் அக மாற்றங்கள், மெருகேறும் அவர்களின் நடிப்பு, கதை நகரும் பாங்கு என எல்லாமும் சேர்த்து இந்தப் படத்தை மிக முக்கியமான படமாக மாற்றுகின்றன.

* * *

த குட் லை

(The Good Lie)

பால்ய காலத்தில், பரமன் என்றொரு நண்பன் இருந்தான். முரட்டுத்தனமான தோற்றமுடையவன். அவனது அம்மாவும் அப்பாவும் விவசாயக் கூலிகள். மூன்றாம் வகுப்போடு படிப்பை நிறுத்திவிட்டார்கள். அவர்களாகவெல்லாம் நிறுத்தவில்லை. இவன்தான் படிக்க முடியாது என்று சொல்லிவிட்டான். அதன்பிறகு, எப்பொழுதாவது பெற்றவர்களுடன் சித்தாள் வேலைக்குச் செல்வான். ஆனால் பெரும்பாலான நாள்களில் தன்னந்தனியாகச் சுற்றிக்கொண்டிருப்பான். நாங்கள் பள்ளிக்குக் கிளம்பிக்கொண்டிருக்கும்போது, அவன் உண்டிவில்லைத் தூக்கிக்கொண்டு கிளம்பிவிடுவான். அவனைப் பார்ப்பதற்குப் பொறாமையாக இருக்கும். வயல்வெளிகள், வாய்க்கால் வரப்பு, மேட்டாங்காடு என்று ஓர் இடம் பாக்கியில்லாமல் அலைந்து அணிலோ, முயலோ, காடையோ வேட்டையாடுவதுதான் வேலை. அத்தனை இடங்களிலும் வெறும் காலகளுடன் சுற்றுவான். செருப்பு அணியாமல் நடந்து நடந்து, அந்த வயதிலேயே காய்ப்பு ஏறிய பாதங்கள் அவனுக்கு. சொரசொரவென்று இருக்கும். இவனால் மட்டும் எப்படி வெறியெடுத்தவனைபோலத் திரியமுடிந்தது என்ற ஆச்சரியம் இன்னமும் இருக்கிறது.

பரமனின் நினைவுகளை ஒரு படம் கிளறிவிட்டது. The Good Lie. பரமனின் தோற்றமுடைய ஒரு பையன் நடித்திருக்கிறான். சூடான் தேசத்துப் பையன் அவன். படமே சூடான் பற்றியதுதான். உலகில், கடைசியாக உதித்த நாடான தெற்கு சூடான்தான் கதைக்களம். 1983ம் ஆண்டு, சூடானில் உள்நாட்டுக் கலவரம் வெடித்தது. வடக்கு சூடானிடமிருந்து தங்களுக்கு சுதந்திரம் வேண்டுமென போராடிக் கொண்டிருந்த தெற்கு சூடான்காரர்களை, வடக்கத்திக்காரர்கள் ராணுவ வீரர்களை விட்டு அடிக்கத் துவங்கினார்கள். அதற்குக் காரணம் இருக்கிறது – சூடானுக்கு வருமானம் தரக்கூடிய

ACADEMY AWARD WINNER
REESE WITHERSPOON
THE GOOD LIE
Miracles are made by people
who refuse to stop believing.
OCTOBER 3
PG-13

எண்ணெய் வளத்தில் 75 சதவீதம் தெற்கு சூடானில்தான் இருக்கிறது. தனி நாடு ஆகிவிட்டால், தங்கள் வருமானம் போய்விடும் என்று சூடான் அரசும் ராணுவமும் பயப்பட்டன. அமெரிக்கா விடுமா? அதுவும், எண்ணெய் வளமிகுந்த பகுதி. தெற்கு சூடான் உருவாவதற்கு முழு ஆதரவையும் தந்தது. தனி நாடு ஆகிவிட்டால், தனது அகோர எண்ணெய்ப் பசிக்கு இரண்டு ஸ்பூனாவது தெற்கு சூடானிலிருந்து கிடைக்கும் என்கிற நப்பாசைதான்.

1983ல் ஆரம்பித்த சண்டை, கொஞ்சம் கொஞ்சமாக உக்கிரமடையத் தொடங்கியது. சூடானின் போர்வீரர்கள், தெற்குப் பகுதிக்குள் புகுந்து கண்மண் தெரியாமல் சுட்டுத் தள்ளினார்கள். கலவரக்காரர்கள் என்று பெயரிட்டு, பொதுமக்களையும் சலித்துத் தள்ளினார்கள்.

இந்தப் படம், அந்தப் புள்ளியிலிருந்துதான் ஆரம்பிக்கிறது. தெற்கு சூடானில் அதுவொரு சந்தோஷமான கிராமம். அந்தக் கிராமத்தில் புகுந்த ராணுவ வீரர்கள், துப்பாக்கிகளின் ரவைகளுக்கு வேலை தருகிறார்கள். பெரியவர்கள் அத்தனை பேரும் சுருண்டு விழும் குருவிக் குஞ்சுகளாகிறார்கள். சற்றுத் தொலைவில் விளையாடிக் கொண்டிருந்த பொடியன்கள் மட்டும் தப்பித்துவிடுகிறார்கள். இனி, அந்த இடத்தை விட்டு ஓடியாக வேண்டும். தியோ என்கிற சற்றே பெரிய பையனின் தலைமையில் குழந்தைகள் தப்பிக்கிறார்கள். நூற்றுக்கணக்கான மைல்கள் வடக்காக நடந்தால் எத்தியோப்பியாவை அடைந்துவிடலாம். ஆனால் நடப்பது அவ்வளவு சுலபமில்லை. பாலைவனம். தண்ணீர் கிடைப்பதுகூட சிரமம்தான். வழியில் சிறுத்தைகளைத் துரத்திவிட்டு, அவை தின்றுகொண்டிருந்த மான்கறியைத் தின்றுவிட்டு நடக்கிறார்கள். வழியிலேயே, சிறுவர்களில் ஒருவன் இறந்துபோகிறான். அடக்கம் செய்வதெல்லாம் இல்லை. சடலத்தை புதருக்குள் வீசிவிட்டு வருகிறார்கள்.

பரமனும் இப்படியொரு கதையைச் சொல்லியிருக்கிறான். பரமன், இலங்கையின் வவுனியாவிலிருந்து வந்தவன். அப்பொழுது இலங்கையில் போர் உச்சகட்டத்தில் இருந்தது. உயிருக்குப் பயந்து அகதிகளாக வந்தவர்களில் அவனும் ஒருவன். எங்கள் ஊரில் ஓர் அரிசி ஆலையில் தங்கவைக்கப்பட்டிருந்தார்கள். அவர்களின் தமிழ் உச்சரிப்பு உருவாக்கியிருந்த ஈர்ப்புக்காகவே பரமனுடன் பழகத் தொடங்கியிருந்தேன். நிறையப் பேசுவான். இலங்கையிலிருந்து வரும்போது ஒரு படகில் வந்தார்களாம். பெரிய குழு அது.

ஒரு பெண்மணி தனது குழந்தையைத் தூக்கிக்கொண்டு படகு ஏறியிருக்கிறாள். நள்ளிரவுப் பயணத்தில், குழந்தையின் முகத்தில் சாரல் அடிக்கிறது என்று ஒரு பாலித்தீன் காகிதத்தை வைத்து மறைத்திருக்கிறாள். எப்படி மூடினாள் என்று தெரியவில்லை. அவளும் மற்றவர்களும் யாரும் அறியாமலேயே மூச்சுத் திணறிச் செத்துப்போனதாம் அந்தக் குழந்தை. நடுக்கடலில் கதறலோடு மீனுக்கு இரையாக்கிவிட்டு வந்ததாகச் சொன்னான்.

அதேபோலத்தான் இந்தச் சூடான் குழந்தைகளும். பாலைவனத்தில் சிங்கத்துக்கோ, சிறுத்தைக்கோ அந்தக் குழந்தையின் உடலை வீசிவிட்டு வருகிறார்கள். எத்தியோப்பியாவின் எல்லையை பொடியன்கள் நெருங்கும்போது, அங்கேயிருந்து ஒரு பெரும் குழாம் திரும்பி வந்துகொண்டிருக்கிறது. எல்லையில் எத்தியோப்பிய படைவீரர்கள் நிற்பதாகச் சொல்கிறார்கள். அவர்கள், நாடு தாண்டுபவர்களை அனுமதிப்பதில்லை. வேறு வழியில்லாமல், தெற்கு நோக்கி நடக்கத் தொடங்குகிறார்கள். இன்னும் பல நூறு மைல்கள் நடந்தால் கென்யாவுக்குச் செல்லலாம். நடக்கிறார்கள்.

இடையில், சூடான் ராணுவ வீரர்களிடம் தியோ சிக்கிக்கொள்கிறான். இவர்கள் புல்வெளிக்குள் படுத்து உறங்கிக்கொண்டிருக்கும்போது ராணுவம் வந்துவிடுகிறது. விட்டால் எல்லோரும் சிக்கிக்கொள்வார்கள் என்று தியோ அவசரமாக எழுந்து சென்று, தான் மட்டும் தங்களது குழுவிடமிருந்து திசை மாறிவிட்டதாகச் சொல்கிறான். துப்பாக்கி முனையில் அவனை இழுத்துச் செல்கிறார்கள். மற்றவர்கள் தப்பித்து வந்து கென்யாவின் அகதி முகாமை அடைகிறார்கள். இது 1987ம் ஆண்டில் நடக்கிறது. அதன்பிறகு பதின்மூன்று ஆண்டுகள் அகதிகள் முகாம்தான். குழந்தைகளாக வந்தவர்கள் பெரியவர்களாகிறார்கள். வசதிகள் எதுவும் இல்லையென்றாலும் உயிர் பயம் இல்லை. கி.பி.இரண்டாயிரமாவது ஆண்டில், கென்யாவின் அகதிகள் முகாமில் தங்கியிருக்கும் இளைஞர்களை, கொஞ்சம் கொஞ்சமாக அமெரிக்கா தனது நாட்டுக்கு அழைத்துச் செல்கிறது. இப்படி, கிட்டத்தட்ட நான்காயிரம் பேர் அமெரிக்காவுக்கு அழைத்துச் செல்லப்படுகிறார்கள். அதில் இந்தக் குழுவும் உண்டு. மிகுந்த சந்தோஷத்துடன் அமெரிக்கா சென்று சேர்கிறார்கள்.

அமெரிக்காவில் இறங்கியவுடன் ஒரு அதிர்ச்சி காத்திருக்கிறது. தங்கையை மட்டும் வேறு ஊருக்கு அழைத்துச் சென்றுவிடுகிறார்கள். ஆண்களோடு தங்க அனுமதிக்க சட்டத்தில் வழிவகையில்லை என்று பிரிக்கிறார்கள். கண்ணீரோடு பிரிகிறார்கள். இளைஞர்கள்

மூன்று பேருக்கும், அமெரிக்கா பேரதிசயமாக இருக்கிறது. ரீஸ் விதர்ஸ்பூன் இவர்களுக்கு வேலை வாங்கிக் கொடுக்கும் பொறுப்பை ஏற்றுக்கொள்கிறார். இளைஞர்களுக்கு பீட்ஸாவும் கோகோகோலாவும் டெலிபோனும் ஆச்சரியமாகத் தெரிகின்றன. இந்த நாட்டில் சிங்கமும் மாடுகளும் இல்லாதது குறித்து ஆச்சரியப்படுகிறார்கள்.

கொஞ்சம் கொஞ்சமாக அமெரிக்காவின் சூழலுக்குப் பழகுகிறார்கள். இது, படத்தின் மிக அற்புதமான தருணம். சற்று மிகைப்படுத்தியிருக்கிறார்களோ என்று தோன்றினாலும், எதுவும் துருத்திக்கொண்டிருப்பதில்லை. கடும் போராட்டத்துக்குப் பிறகு விதர்ஸ்பூன், பாஸ்டன் நகரத்தில் இருக்கும் தங்கையை அழைத்து வந்து இவர்களோடு சேர்த்துவைக்கிறார். அந்தச் சமயத்தில்தான் தியோவிடமிருந்து ஒரு கடிதம் வருகிறது. அவன் கென்யாவில் அகதிகள் முகாமில் இருப்பதாக அந்தக் கடிதம் சொல்கிறது. அவன் இறந்துவிட்டதாக நம்பிக்கொண்டிருந்தவர்களுக்கு இது அதிர்ச்சியான செய்திதான். மர்மெர் என்கிற இளைஞன், தியோவை அழைத்து வருவதற்காக கென்யாவின் அகதிகள் முகாமுக்கு கிளம்பிச் செல்கிறான். அதன்பிறகு என்ன ஆனது என்பதுதான் The Good Lie.

பாலைவனத்தில் நடப்பதிலிருந்து, அமெரிக்காவில் இறங்கி வாயைப் பிளப்பது வரை நடிகர்கள் கலக்கியிருக்கிறார்கள். இந்தப் படத்தில் நடித்திருக்கும் கறுப்பின நடிகர்கள் அத்தனை பேரும் சூடான் அகதிகள். சூடானிலிருந்து தப்பி வந்து அமெரிக்காவில் குடியேறியவர்கள். அதனால், வாழ்ந்திருக்கிறார்கள் என்றுதான் சொல்ல வேண்டும். ரீஸ் விதர்ஸ்பூனைத்தான் போஸ்டர்களில் காட்டுகிறார்கள். அமெரிக்காவில் சந்தைப்படுத்துவதற்கான உத்தியாக இருக்கலாம். ஆனால், விதர்ஸ்பூனை தூக்கி விழுங்கியிருக்கிறார்கள் கறுப்பின நடிகர்கள்.

நடிப்பு மட்டுமில்லை ஒளிப்பதிவு, இசை என எல்லாமும் மிகக் கச்சிதமாக அமைந்த படம் இது. படத்தில் குறையே இல்லை என்றெல்லாம் சொல்ல முடியாது. கண்டபடி சுட்டுத்தள்ளும் ராணுவம், தியோவை மட்டும் எப்படித் தப்பிக்கவிட்டது என்பது குறித்து எந்தத் தகவலும் இல்லை. சூடானின் எண்ணெய் அரசியல், மத அரசியலையெல்லாம் ஒற்றைவரியில் தாண்டிச் செல்கிறார்கள். அமெரிக்காவை நல்லவனைப்போலக் காட்டும் இன்னொரு ஹாலிவுட் படம் என்று சொல்லிக்கொண்டு

போகலாம். ஆனால், இதையெல்லாம் தாண்டி இந்தப் படம் தெற்கு சூடானின் அரசியல் வரலாற்றைத் தெரிந்துகொள்வதற்கு ஒரு திறப்பை உருவாக்குகிறது.

அமெரிக்காவுக்கு ஏன் இந்த நாட்டின்மீது அவ்வளவு அக்கறை என்று யோசிக்கச் செய்கிறது. தெற்கு சூடானை உலகின் 193வது நாடாக அங்கீகரிக்க பின்னணி என்ன என்பது குறித்து ஒரு விநாடி ஸ்தம்பிக்கச் செய்கிறது. இதையெல்லாம் இந்தப் படம் நேரடியாகச் செய்வதில்லை. சூடான் கலவரத்தில் பாதிக்கப்பட்டவர்களைச் சித்திரப்படுத்துவதோடு நின்றுகொள்கிறது. ஆனால், அந்த உள்நாட்டுக் கலவரத்தின் பின்னணியிலிருந்த உள்நாட்டு மற்றும் வெளிநாட்டு அரசியல் சதிகளை வால் பிடித்துப்போனால், மிகப்பெரிய சுவாரஸியம் காத்திருக்கிறது. அந்தவகையில், இது ஒரு முக்கியமான படம்.

* * *

அமெரிக்கன் ஸ்நிப்பர்

(American Sniper)

கிறிஸ் கய்ல். நம் எல்லோருக்கும் தெரிந்த கிரிக்கெட் வீரரில்லை. துப்பாக்கி வீரர். அமெரிக்காவின் ஸீல் (SEAL) படை வீரர். ஓசாமா பின் லேடனை நள்ளிரவில் வீடு புகுந்து சுட்டுக்கொன்றார்கள் அல்லவா? அவர்களேதான். Sea, Air, Land ஆகிய சொற்களின் சுருக்கம்தான் SEAL. கடல், நிலம், வானம் என எங்கே விட்டாலும் கபடி ஆடுவார்கள். அவ்வளவு பயிற்சிபெற்ற சகலகலா வல்லவர்கள். இந்தப் படையில் அவ்வளவு எளிதில் யாரும் சேர்ந்துவிட முடியாது. அப்படியே சேர்ந்தாலும், அதன் பயிற்சிகளை முடிப்பது சாதாரண காரியமில்லை என்கிறார்கள். பெண்டு நிமிர்த்திவிடுவார்களாம்.

கிறிஸ் கய்லின் அப்பா ஒரு ஒழுக்கவாதி. தேசபக்தி, ஒழுக்கம் என்பதையெல்லாம் தனது குழந்தைகளுக்கு சிறு வயதிலிருந்தே மந்திரம் ஓதுவதுபோல் ஓதிக்கொண்டிருந்தவர். டெக்ஸாஸ் மாநிலத்தில் பிறந்த கய்ல், ஆரம்பத்தில் அமெரிக்க ராணுவத்தில் சேரவெல்லாம் விரும்பவில்லை. Cowboy ஆகச் சுற்றிக் கொண்டிருக்கலாம் என்று நினைத்துக் கொண்டிருந்தார். நினைப்பதெல்லாம் நடந்துவிடுகிறதா என்ன? அமெரிக்காவின் மீதான தீவிரவாதிகளின் தாக்குதல்களைப் பார்த்து மனமாற்றம் ஏற்பட்டு, ஏதோ ஒருகட்டத்தில் ஸீல் படையில் சேர்ந்துவிட்டார்.

இவரது கதையைத் தொடர்வதற்கு முன்பாக, இன்னொருவரின் கதையைச் சொல்லிவிட வேண்டும். அந்த இன்னொருவர், கிறிஸ் போன்ற ஹீரோவெல்லாம் இல்லை. சாமானிய மனிதர். அலுவலக நண்பர். மாலை ஏழு மணிக்குமேல் கோடி ரூபாய் கொடுத்தாலும் அலுவலகத்தில் இருக்கமாட்டேன் என்று காலையில் வந்தவுடனே சொல்லிவிடுவார். அவருடன் பழகிய ஆரம்ப நாள்களில் உண்மையாகத்தான் சொல்கிறார் என நினைத்துக்கொள்வேன்.

AMERICAN SNIPER
THE MOST LETHAL SNIPER IN U.S. HISTORY

ஆனால், ஆறரை மணி வரைக்கும் நகர்வதற்கான எந்த அசைவும் இல்லாமல் கணினியை வெறித்துக்கொண்டிருப்பார்.

'கிளம்பலையா?' என்று யாராவது கேட்டுவிடக்கூடாது. கேட்டால் அவ்வளவுதான். பதறத் தொடங்கிவிடுவார். வேலையும் முடிந்திருக்காது. கிளம்ப வேண்டும் என்கிற ஆசையும் வடிந்திருக்காது. பினாத்திக்கொண்டே இருப்பார். அவருக்கான பிரச்சினை மிக எளிமையானது. ஒவ்வொரு நாளும் அவரது மனைவி 'இன்று சீக்கிரம் வந்துவிட வேண்டும்' என்று உத்தரவிட்டு அனுப்பிவைப்பாராம். இவரும் மண்டையை ஆட்டிவிட்டு வந்துவிடுகிறார். ஆனால், வேலை இழுத்துப் பிடித்துவிடுகிறது. அலுவலகத்தில் வந்து வீராப்பாக சவால்விடாமலாவது இருக்கலாம். ஒவ்வொருவரிடம் சொல்லி வகையாக மாட்டிக்கொள்கிறார்.

வீட்டில் சற்று பயப்படும் அத்தனை ஆண்களுக்கும் இந்தப் பிரச்சினை உண்டு. இந்த சாமானியரைப்போலவேதான் கிறிஸ்ஸூக்கும் பிரச்சினை. கிறிஸ், ஸீல் படை வீரராக ஈராக்குக்கு அனுப்பி வைக்கப்பட்டார். அவர் செல்வதற்கு சில தினங்கள் முன்பாகத்தான் திருமணம் நடந்தது. டயா என்பது மனைவியின் பெயர். 'போர், சண்டையெல்லாம் போதும்.... விட்டுட்டு வந்துடுங்க' என்று கேட்கத் தொடங்கியிருந்தார். சமாதானப்படுத்திவிட்டு போருக்குச் சென்ற கிறிஸ் திரும்ப வரும்போது முதல் குழந்தை பிறந்திருந்தது. 'இனியாவது இங்கேயே இருந்துடுங்களேன்' என்று மனைவி மீண்டும் கெஞ்சினார். இந்த முறையும் சமாதானம் செய்துவிட்டு போருக்குச் சென்றார். அடுத்த முறை இரண்டாவது குழந்தையும் பிறந்திருந்தது. இப்படி இவர் போருக்குச் செல்வதும், குடும்பத்தினரின் அழுத்தம் அதிகரிப்பதாகவுமே இருந்து வந்தது. துப்பாக்கியைப் பார்க்க வேண்டுமா? தொட்டிலை ஆட்ட வேண்டுமா? வேலையா? குடும்பமா? அமெரிக்காவா? ஈராக்கா என்று சாலமன் பாப்பையாவை வைத்து பட்டிமன்றம் நடத்தாத குறைதான்.

இது கிறிஸ் கய்லுக்கு மட்டுமான அழுத்தம் இல்லை. ஈராக்கில் போர் உக்கிரமாக நடந்துகொண்டிருந்தபோது பெரும்பாலான அமெரிக்க வீரர்களுக்கும் இந்த அழுத்தம் இருந்தது. அமெரிக்கப் படை நாடு திரும்ப விரும்புவதாக அடிக்கடி செய்திகள் வந்துகொண்டே இருந்தன. போர் முடிவுறுவதாகவே தெரியவில்லை. எங்கிருந்தோவெல்லாம் தாக்குதல்கள் வந்துகொண்டிருந்தன. வீரர்கள் சலிக்கத் தொடங்கியிருந்தார்கள். திடீரென்று

அமெரிக்காவின் பெருந்தலைகள் போர்க்களத்துக்கு நேரடியாகச் சென்று அமெரிக்க வீரர்களை உற்சாகப்படுத்திவிட்டு வருவார்கள்.

வீரர்கள், நாடு திரும்ப விரும்புவதற்கான காரணம் வெறும் உயிர் பயம்தான் என்று சொல்லிவிட முடியாது. பல மாதங்களாக அந்நிய தேசத்தின் வெக்கையிலும் குண்டுப் புகையிலும் குடும்பத்தையும் உறவுகளையும் விட்டுவிட்டுப் போரிடுகிறார்கள். தன்னுடன் இருந்தவன் திடீரென்று மனித வெடிகுண்டுத் தாக்குதலிலோ அல்லது எங்கிருந்தோ வரும் துப்பாக்கியின் ரவையிலோ உயிரை இழக்கிறான். அழுத்தம்கூடத்தானே செய்யும்? மற்றவர்களை அதே இடத்தில் விட்டுவிட்டு, இறந்தவனின் பிணம் மட்டும் தாய்நாடு திரும்பும். இந்த மரணச் செய்திகளைக் கேள்விப்படும் தனது குடும்பம் எதையெல்லாம் யோசிக்கும் என்றெல்லாம் போர்வீரர்கள் நினைக்கும்போது, தம்மையும் அறியாமல் பினாத்தத்தானே செய்வார்கள்?

கய்ல் பினாத்துவதெல்லாம் இல்லை. இது. தனது கடமை என்று நினைக்கிறார். தாய்நாட்டுக்காக போராட வேண்டியது அவசியம் என்பது அவரது நிலைப்பாடு. 'இவ்வளவு நாள் நீங்க போராடிட்டீங்க... இனி. வேற யாராச்சும் பொறுப்பு எடுத்துக்கட்டும்' என்பது அவரது மனைவியின் நிலைப்பாடு. இந்த இரு எதிர்துருவங்களும்தான் கிறிஸ் மீதான அழுத்தத்தை அதிகரித்துக்கொண்டே செல்கின்றன.

கிறிஸ் கய்லின் வாழ்க்கையை அப்படியே சித்திரப்படுத்தும் American Sniper படம், சமீபத்தில் வெளியாகி சக்கைப் போடு போட்டிருக்கிறது. வழக்கமான ஹாலிவுட் படங்களில் இருக்கும் அதிரடிகள் மட்டுமில்லாமல், அவரது மனைவி, குடும்பம், அவர்களைப் பிரிவதில் அவருக்கு உண்டாகும் அழுத்தம் என எல்லாவற்றையும் திரைக்கதையின் போக்கோடு சேர்த்து படமாக்கியிருக்கிறார்கள். ஏன், கிறிஸ் கய்லின் கதையைப் படமாக்க வேண்டும்? எவ்வளவோ வீரர்கள் இருக்கிறார்கள் அல்லவா? இருக்கிறார்கள்தான். ஆனால் கிறிஸ், பத்தோடு பதினொன்று என்கிற சாதாரணப் போர் வீரன் இல்லை. எட்டு வயதிலேயே அவனது அப்பா துப்பாக்கியைக் கையில் கொடுத்து சுடச் சொல்லியிருக்கிறார். அப்பொழுதிருந்தே அதிரடிதான். அதிகாரப்பூர்வமான கணக்குப்படி மட்டும், நூற்று அறுபது பேர்களை போர்க்களத்தில் சுட்டுத் தள்ளியிருக்கிறார். ஆனால், கணக்கு எப்படியும் இருநூறைத் தாண்டும் என்கிறார்கள். வேறு

எந்த அமெரிக்க வீரனைவிடவும் இதுதான் அதிக எண்ணிக்கை. குருவி சுடுவதுபோலச் சுட்டுத்தள்ளியிருக்கிறார் போலிருக்கிறது.

ஈராக்கின் வீதிகளில், தீவிரவாதிகளைத் தேடி வீடு வீடாக ஒரு படை நுழையும். பெரும்பாலான சமயங்களில் கிறிஸ் அந்தப் பகுதியின் உயரமான கட்டடம் ஒன்றில் ஏறி துப்பாக்கியை ஏந்தியபடி படுத்துக்கொள்வார். தனது படை நடமாடும் பகுதிகளில் யாரேனும் சந்தேகத்துக்கு இடமாக அசைந்தால், ட்ரிக்கரை அழுத்துவதுதான் வேலை. கிறிஸ்ஸின் கண்களிலிருந்து ஒருவரும் தப்பிக்க முடிவதில்லை என்பதாலும், எவ்வளவு தூரத்திலிருந்தும் சுட்டுத் தள்ளுகிறார் என்பதாலும், அவரை மற்ற வீரர்கள் கொண்டாடுகிறார்கள். கிட்டத்தட்ட இரண்டு கிலோமீட்டர் தூரத்திலிருந்து ஒருவனைக் கிறிஸ் சுட்டுக்கொன்றிருக்கிறார். இதுதான், தூரத்தைப் பொறுத்தவரை இதுவரையிலுமான சாதனை.

கொன்றுவிட்டு எல்லா நேரத்திலும் கிறிஸ் சந்தோஷமாக இருப்பதில்லை. கிறிஸ் முதன்முதலில் சுட்டுக்கொன்றது ஒரு சிறுவனைத்தான். முன்னேறி வரும் அமெரிக்கப் படைமீது வீசுவதற்கு, தான் ஒளித்து வைத்திருக்கும் கையெறி ஏவுகணை ஒன்றை தனது மகனிடம் ஒரு தாய் கொடுக்கிறாள். அவனுக்குப் பத்து வயதுக்குள்தான் இருக்கும். அவன் முன்னேறும்போது கிறிஸ் அவனைச் சுட்டுக் கொல்கிறார். அவன் விழுந்தவுடன், அந்த ஏவுகணையை அந்தத் தாய் தூக்கி வீச முயல்கிறாள். அவளையும் சுட்டுத் தள்ளுகிறார். மிகுந்த மனப்போராட்டத்துக்குப் பிறகுதான் சுடுகிறார். ஆனால், சுடவில்லையென்றால் பல வீரர்களை அந்த ஏவுகணை காவு வாங்கிவிடும். என்ன செய்வது? கிறிஸ்ஸின் ஆட்காட்டி விரல் துப்பாக்கியை அழுத்துகிறது. இந்தச் சுடுதலுக்குப் பிறகு, அவரது துப்பாக்கி விளையாட்டு ஆரம்பமாகிறது. சகவீரர்கள் அவரை Legend என்று அழைக்கத் தொடங்குகிறார்கள்.

மிகச் சிறந்த பொழுதுபோக்குப் படம் இது. கிறிஸ் கய்ல், அமெரிக்கப் படையில் சேர்ந்ததில் இருந்து, அவர் படையை விட்டு வெளியேறுவது வரையிலான கதை. ப்ராட்லி கூப்பர் கய்லாக படம் முழுவதும் தூள் கிளப்பியிருக்கிறார். ஆஸ்கர் விருதுக்கு ஏகப்பட்ட பிரிவுகளில் பரிந்துரை செய்யப்பட்ட படம் இது. ஆனால் ஒரு பிரிவில்தான் விருது வாங்கியது.

அமெரிக்கா திரும்புவதும் மீண்டும் ஈராக் செல்வதுமாகவும் இருக்கும் கிறிஸ், ஈராக்கில் நடைபெறும் ஒரு போரின்போது வசமாக சிக்கிக்கொள்கிறார். அது ஓர் உயர்ந்த கட்டடம். அந்தக்

கட்டடத்தில் இருந்துதான் இரண்டு கிலோமீட்டர் தூரத்தில் இருக்கும் ஒரு தீவிரவாதியைப் போட்டுத் தாக்குகிறார். குண்டு சரியாகப் பாய்ந்து, அவன் போய்ச் சேர்ந்துவிடுகிறான். ஆனால், திமுதிமுவென்ற கூட்டம் அந்தக் கட்டடத்தை ஆக்கிரமிக்கத் தொடங்குகிறது. அமெரிக்க வீரர்கள் திணறிப்போகிறார்கள். தான் முடிந்துவிடுவோம் என்கிற மனநிலைக்கு கிறிஸ் வந்து சேர்கிறார். மனைவியை அழைத்து 'வீட்டுக்கு வரத் தயாராகிவிட்டேன்' என்று சொல்லிவிட்டு, மீண்டும் சண்டையிடுகிறார். மிகப்பெரிய திணறலுக்குப் பிறகு தப்பித்து வருகிறார்கள். அதுதான் கிறிஸ் கலந்துகொண்ட கடைசிப் போர்க்களம்.

வீடு திரும்பியவருக்கு, மனம் போர்க்களத்திலேயே இருக்கிறது. வீட்டுக்குப் பக்கத்தில் யாரோ ட்ரில்லிங் மெஷினில் துளையிடுவதுகூட போர்க்களத்தை ஞாபகப்படுத்துகிறது. தன்னால் ராணுவம் சம்பந்தப்படாத வேலையை நினைத்துப் பார்க்கவே முடியாது எனக் கருதியவரை, ஒரு மனநல ஆலோசகர்தான் ஆற்றுப்படுத்துகிறார். போர்க்களங்களில் கை கால்களை இழந்த வீரர்களுக்குப் பயிற்சியளிக்கச் சொல்கிறார். அவர்களுக்கும், இது ஒருவகையில் மன ஆறுதல். கிறிஸ் சம்மதிக்கிறார். அதை செய்யத் தொடங்குவதாகப் படம் முடிகிறது.

அதற்குப் பிறகு, கிறிஸ் என்னவானார் என்று விவரங்களை தேடத் தொடங்கினேன். இறந்துவிட்டார். முன்னாள் படை வீரன் ஒருவனை அழைத்துச் சென்று பயிற்சியில் ஈடுபட்டிருந்தபோது, அந்தப் போர் வீரன் கிறிஸ்ஸை சுட்டுக் கொன்றுவிட்டான். அந்தப் போர் வீரன், மன அழுத்தத்தினால் பாதிக்கப்பட்டிருந்தவன். ஏற்கெனவே மனநிலை சிகிச்சை பெற்றுக் கொண்டிருந்தானாம். அவன் கையில் துப்பாக்கியைக் கொடுத்திருக்கிறார்கள். குரங்கு கையில் கிடைத்த பூமாலையாகிவிட்டது. கிறிஸ்ஸின் இறுதி அத்தியாத்தை எழுதி முற்றுப்புள்ளி வைத்துவிட்டான்.

கிறிஸ்ஸின் இறுதி ஊர்வலத்தின்போது, சாலையின் இருமருங்கிலும் ஆயிரக்கணக்கானவர்கள் கூடியிருக்கிறார்கள். அமெரிக்காவில் இது ஒரு அபூர்வம். பெரிய நாயகர்களுக்கு மட்டும்தான் இவ்வளவு பேர் கூடுவார்களாம். கிறிஸ் தன்னை அமெரிக்காவின் நாயகனாக மாற்றிக்கொண்டவர். அவரது மனைவி டயா, குடும்பங்களுக்காகவும் பெண்களுக்காகவும் செயல்படும் களப்பணியாளராக இருக்கிறார்.

* * *

எகைன்ஸ்ட் த சன்

(Against the sun)

*1930*களின் தொடக்கத்தில், ஜப்பானுக்கு ஏகப்பட்ட ஆசை. உலகின் மாபெரும் பேரரசாக தன்னை அறிவித்துக்கொள்ள வேண்டும் என்கிற முஸ்தீபுகளில் இறங்கியது. சீனாவை அடித்தது. ஹிட்லரின் ஜெர்மனியுடனும், முசோலினியின் இத்தாலியுடனும் கூட்டு சேர்ந்துகொண்டது. அந்தத் தில்லாலங்கடிகளோடு ராணுவ ஒப்பந்தத்திலும் கையெழுத்திட்டது. இந்த மூன்றுபேரும் சேர்ந்தால் குடி மூழ்கிப் போய்விடும் என்று மற்ற நாடுகள் பதறின.

அந்தக் காலத்திலேயே அமெரிக்கா பெரியண்ணன் ஆகியிருந்ததால், ஜப்பான்மீது பொருளாதாரத் தடையை விதித்தது. ஜப்பானில் எண்ணெய் உள்ளிட்ட சரக்குகள் கிடைக்காமல் அழுத்தம் அதிகமானது. ஜப்பான்காரனும் லேசுப்பட்டவனா? விடுவேனா என்று முரட்டுத்தனமாக அமெரிக்காவின் பேர்ள் துறைமுகத்தைத் தாக்கினார்கள். அது அமெரிக்காவுக்கு பெரிய அடி.

சுதாரித்துக்கொண்ட அமெரிக்காவும் போரை அறிவித்து, களத்தில் இறங்கியது. அதன்பிறகு போர் உக்கிரமாக நடந்து ரஷ்யா, இங்கிலாந்து என்று ஆளாளுக்கு ஜப்பானை வெளுத்து வாங்கினார்கள் என்பதும், கடைசியாக 1945ம் ஆண்டு இரண்டு அணுகுண்டுகளை ஹிரோஷிமா, நாகசாகிமீது போட்டதில் நிலைகுலைந்த ஜப்பான் சரணடைந்தது என்பதெல்லாம் வரலாறு.

வரலாற்றின் பக்கங்களில் கண்டுகொள்ளப்படாத சில வரிகள் இருந்துகொண்டே இருக்கும். அப்படியொரு வரியை எடுத்துக் கொண்டு உருவாக்கப்பட்ட படம்தான் Against the sun. உலகப்போர் நடந்துகொண்டிருக்கும்போது மூன்று அமெரிக்க வீரர்கள், போர் விமானத்தில் பசிபிக் கடலின்மீது பறக்கிறார்கள். தகவல் தொடர்பு சரியாக இருக்கவில்லை. கிழக்கில் திரும்ப வேண்டுமா, மேற்கில்

AGAINST
THE
SUN
A TRUE
STORY

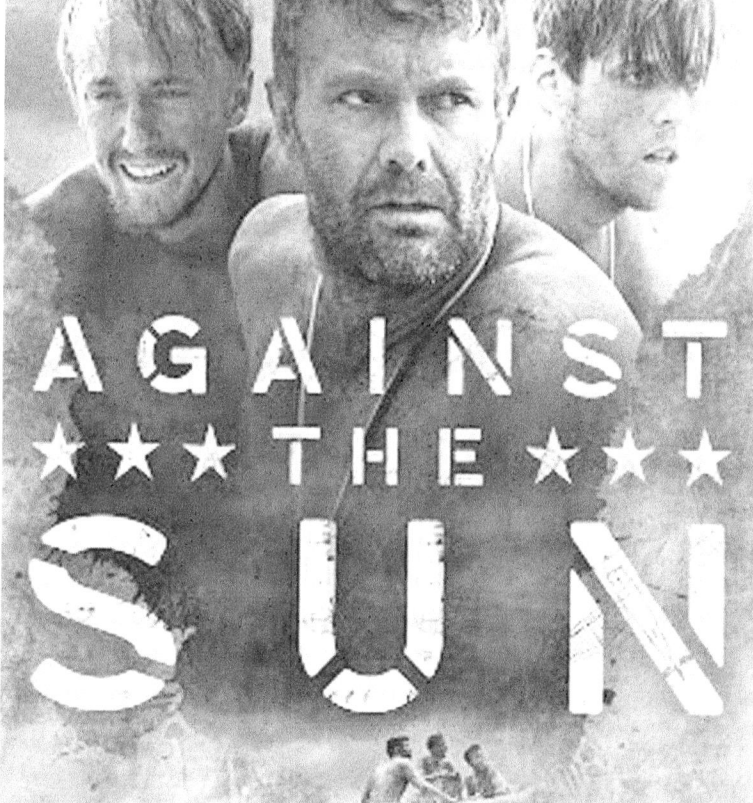

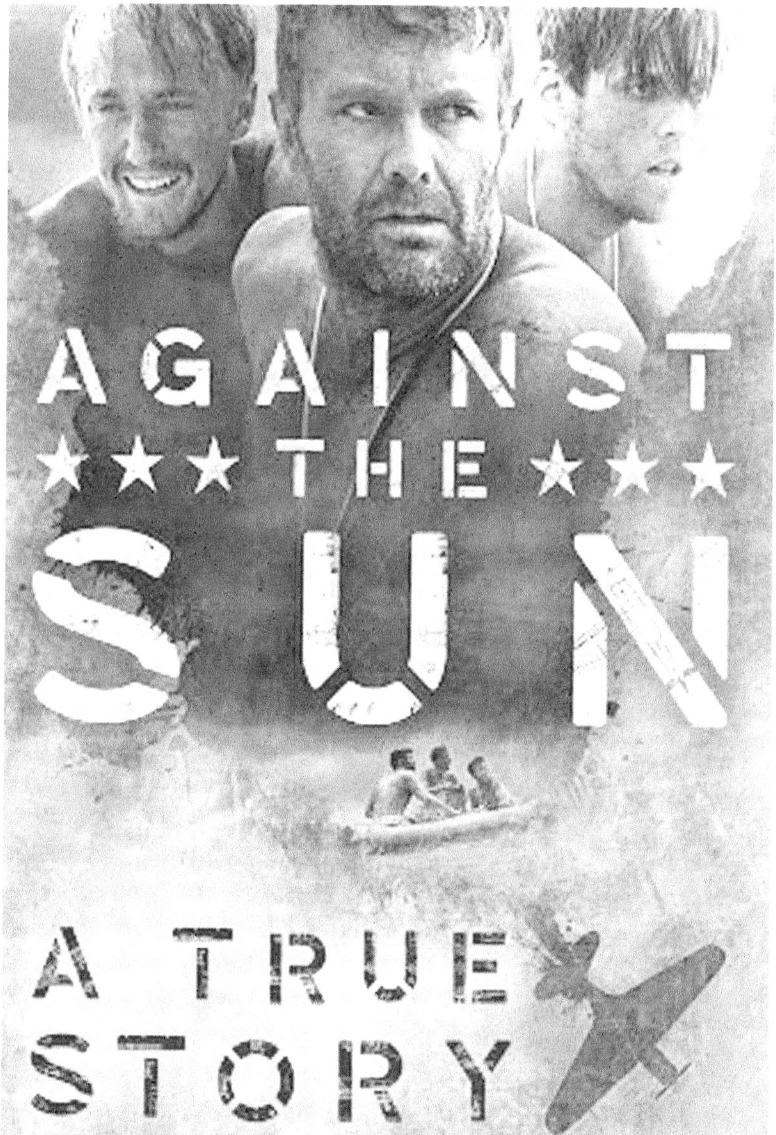

திரும்ப வேண்டுமா என்று குழம்பி தடம் மாறிவிடுகிறார்கள். கதை கந்தல். கண்ணுக்கெட்டிய தூரம் வரைக்கும் நிலமே தெரிவதில்லை. விமானத்தில் எரிபொருளும் குறைந்துகொண்டே வருகிறது. உடனடியாக ஏதாவது செய்தாக வேண்டும்.

விமானத்துக்குள் இருப்பதையெல்லாம் பைலட் எடுத்துக்கொள்ளச் சொல்கிறார். மூன்று பேரும் தயாரான பிறகு விமானம் கடலுக்குள் இறக்கப்படுகிறது. பைலட் தவிர மற்ற இரண்டு பேருக்கும் நீச்சல் அவ்வளவாகத் தெரியாது. என்றாலும், மிதவையை எடுத்துக்கொண்டு குதித்ததால் தப்பித்துவிடுகிறார்கள். ஆனால், மிதவையோ உடனடியாக விரிவடையாமல் சதி செய்கிறது. சதிகார மிதவை அழிச்சாட்டியம் செய்துகொண்டிருக்க, போதாக்குறைக்கு இவர்கள் எடுத்து வந்த சாமான்கள் எல்லாம் சேர்ந்து தண்ணீருக்குள் இழுக்கின்றன. எடையைக் குறைத்தாக வேண்டும். வேறு வழியில்லாமல் முடிந்தவரை பிற சாமான்களை கடலுக்குள் வீசிவிடுகிறார்கள். திக்கித் திணறி மிதவையை விரிவடையச் செய்து சிரமப்பட்டு அதன்மீது ஏறி அமர்கிறார்கள்.

அப்போதைக்குத் தப்பித்துவிடுகிறார்கள். ஆனால் அடுத்த முப்பத்து நான்கு நாள்களுக்கு அந்த மிதவைதான் வீடு, படுக்கை எல்லாமும். இரண்டாம் உலகப் போரின்போது நிகழ்ந்த உண்மைச் சம்பவம் இது. அந்த மூன்று அமெரிக்க வீரர்களின் கதையை அப்படியே படமாக்கியிருக்கிறார்கள். டிக்ஸன், டோனி, ஜீன் ஆல்ட்ரிச். இவர்களில் டிக்ஸன், விமானி. சற்று வயதானவர். மற்ற இரண்டு பேரும் திருமணம் ஆகாத இளைஞர்கள்.

எல்லை தெரியாத பசிபிக் பெருங்கடலில் என்னதான் செய்து தொலைவது? ஆரம்பத்தில் சற்று ஆசுவாசமாகத்தான் இருக்கிறார்கள். தனது தங்கையைப் பற்றி ஒரு இளைஞன் சொல்கிறான். அவன் விவரிப்பதிலிருந்தே இன்னொரு இளைஞனுக்கு அவள்மீது காதல் வருகிறது. அவளைப் பற்றி கற்பனை செய்து பார்க்கிறான். கற்பனை என்றால் கண்டபடிக்கு இல்லை.

வெறும் மூன்று பேர்களை மட்டுமே காட்டிக்கொண்டிருந்தால் பார்வையாளனுக்கு சலித்துவிடும் என்பதால், ஒரு பெண்ணின் முகத்தைக் காட்ட இயக்குநர் விரும்பியிருப்பார் போலிருக்கிறது. அவளுக்கு வசனம்கூட இல்லை. முகத்தை மட்டும் இரண்டு முறை காட்டியிருக்கிறார். கடலையும் அந்த மூன்று ஆண் கிடாய்களையும் பார்த்துக்கொண்டிருக்கும் நமக்கு ஒரு கவன மாற்றம். படத்தில் இந்த நான்கு முகங்கள்தான். அப்புறம் வெறும் நீலக்கடல்.

மிதவையில் கீறல் விழுந்துவிடக்கூடாது என்பதற்காக, ஆரம்பத்திலேயே ஷூக்களை கழட்டி வீசிவிடுகிறார்கள். பைலட் டிக்ஸன், தனது ஷூக்களை மிதவைக்குள்ளாகவே வைக்கிறார். முதல் சில நாள்களுக்குக் குடிப்பதற்குத் தண்ணீர்கூட இல்லை. அந்த ஷூவில் சிறுநீரைக் கழித்து அதையே குடிக்கிறார்கள். சாப்பாட்டுக்கும் வழியில்லை. வெயில் சுட்டெரிக்கிறது. கடற்காற்று கொஞ்சம் கொஞ்சமாக உடலில் புண்களை உண்டாக்குகிறது. முகம், உடல் என எங்கும் உப்பு படிந்து வெளுத்துப்போகிறது. மிகக் கொடுமையான நாள்கள். ஏதோவொரு நம்பிக்கையில், வாழ்க்கையின் கரையைப் பார்த்துவிட முடியும் என்று மிதந்துகொண்டிருக்கிறார்கள்.

எவ்வளவுதான் பசியோடு சமாளிக்க முடியும்? இருக்கிற கம்பியை வைத்துத் தூண்டில் ஒன்று தயாரிக்கிறார்கள். ஒரு மீன்கூட சிக்குவதில்லை. கத்தியை வைத்துக் குத்துவதற்கு முயலும்போது மிதவை கிழிந்துவிடும் என டிக்ஸன் எச்சரிக்கிறார். அதைக் காதில் கேட்காமல் மீனை குத்திப் பிடித்துவிடுகிறான். ஓரளவு பெரிய சுறா மீன் அது. அதைப் பச்சையாகவே தின்கிறார்கள்.

விதி வலியது. ரத்தவாடையின் காரணமாகவோ என்னவோ, அவர்கள் மிதவையை பிற சுறாமீன்கள் சூழ்ந்துகொள்கின்றன. ஒருவன் தெரியாத்தனமாக கையை மிதவைக்கு வெளியில் விட்டு கடி வாங்கித் தப்பிக்கிறான். சில நாள்கள் கழித்து, மிதவையின்மீது ஒரு பறவை வந்து அமர்கிறது. கைத்துப்பாக்கியை எடுத்துச் சுட்டு அந்தப் பறவையைக் கொன்று தின்கிறார்கள். இப்படித்தான் வயிற்றை எப்பொழுதாவது நிறைக்கிறார்கள். இப்படியே நாள்கள் நகர்கின்றன.

அட்டகாசமான படம் என்றெல்லாம் சொல்ல முடியாது. படமாக மட்டும் பார்த்தால் சில இடங்களில் இழுவையாகத் தெரிகிறது. 'எப்படா முடியும்?' என்றுகூடத் தோன்றியது. ஆனால், இது புனைகதை இல்லை. உண்மையிலேயே இந்த மூன்று மனிதர்களும் இதையெல்லாம் அனுபவித்திருக்கிறார்கள். மீண்டும் வாழ்ந்துவிட முடியும் என்ற ஏதோவொரு நம்பிக்கையைப் பற்றிக்கொண்டு போராடியிருக்கிறார்கள்.

உணவு, தண்ணீர், கடல் பயணத்துக்கான உபகரணங்கள் என எதுவும் இல்லாமலேயே திசை தெரியாத கடலுக்குள் ஆயிரக்கணக்கான மைல்களைக் கடந்திருக்கிறார்கள். முப்பத்து நான்கு நாள்கள் இப்படி போராடியது சாதாரண காரியமில்லை. சுறாக்களிடம் இருந்து தப்பித்திருக்கிறார்கள். புயலில் சிக்கி

வா.மணிகண்டன் ◆ 99

மீண்டிருக்கிறார்கள். கருக்கியெடுக்கும் சூரியனின் வெப்பம், உப்புக் காற்று உள்ளிட்ட அத்தனை சிக்கல்களில் இருந்தும் தப்பியவர்களின் கதை. இந்தப் படத்தை அப்படித்தான் பார்க்க வேண்டும்.

மூன்று பேரின் உளவியலும் மிக முக்கியமானது. படத்தில் அதைச் சரியாக பதிவு செய்திருக்கிறார்கள். ஆரம்பத்தில் டிக்ஸனை தங்களின் தலைவனாக ஏற்றுக்கொண்டு அவர் சொல்வதை இம்மி பிசகாமல் கேட்கிறார்கள். ஆனால், இனி தேறுவது கஷ்டம் என்று அவர் சொல்வதை மறுக்கத் தொடங்கி, தங்கள் இஷ்டத்துக்கு செயல்படத் தொடங்குகிறார்கள்.

எதனால் விமானம் திசை மாறியது என்று டிக்ஸன் சொல்கிறார். அவருடைய தவறுதான். விமானத்துக்குள் வெப்பம் அதிகமாக இருந்திருக்கிறது. களைப்பில் ஓரிரு நிமிடங்கள் உறங்கிவிடுகிறார். திருப்ப வேண்டிய இடத்தில் விமானத்தைத் திருப்பாமல் வேறொரு இடத்தில் திருப்புகிறார். அந்த சில நிமிடங்கள்தான் மூவரின் விதியை நிர்ணயிக்கிறது. மூன்று பேரையும் கடலுக்குள் இறக்குகிறது. ஆனால் இனி, என்ன செய்ய முடியும்? மற்ற இரண்டு பேரும் அமைதியாக பார்த்துக் கொண்டிருக்கிறார்கள்.

இந்தப் பயணத்தால் மூன்று பேருக்கும் உண்டாகும் விரக்தி, இயலாமை, கோபம் என எல்லாவற்றையும் உரையாடல் வழியாகவும் சோர்ந்துபோன தங்களின் முகங்களின் வழியாகவுமே காட்டுகிறார்கள். 'ஒருத்தன் செத்துட்டா மத்த இரண்டு பேரும் என்ன செய்வது?' என்று கேட்டு இதயத்தைத் தின்பது குறித்தும், நுரையீரலையும் சிறுநீரகத்தையும் எடுத்து ஆளுக்கு ஒன்றாகத் தின்பது பற்றியும் பேசிக்கொள்கிறார்கள். சிரித்துக்கொண்டேதான் பேசுகிறார்கள் என்றாலும், உள்ளுக்குள் அப்படியொரு நினைப்பு மூன்று பேருக்குமே இருக்கிறது என்று தெரிகிறது. தற்கொலை குறித்தும்கூட பேசிக்கொள்கிறார்கள்.

வாழ்க்கையின் விளிம்புவரைக்கும் சென்றாலும், அத்தனை பிரச்சினைகளையும் தாண்டி எப்படியாவது தப்பித்துவிட மாட்டோமா என்கிற ஆசையை பிடித்துக்கொண்டே நகர்வதுதானே மனித மனம்? எவ்வளவுதான் பெரிய ஆபத்து வந்தாலும், கடைசி வரைக்கும் தம் கட்டி பார்த்துவிட வேண்டும் என்கிற நினைப்பில்தான் மொத்த உலகமும் இயங்கிக்கொண்டிருக்கிறது.

ஆனால், எல்லா உயிர்களாலும் கடைசிவரைக்கும் போராட முடிவதில்லை. ஒரு கட்டத்தில், 'அவ்வளவுதான்' என்று

கைவிட்டுவிடுகின்றன. அவர்களை இந்த உலகம் நினைவில் வைத்துக்கொள்வதில்லை. சிலர் மட்டுமே இலக்கை அடையும் வரை போராடி வெல்கிறார்கள். அவர்களைத்தான் inspiration என்கிறோம். இந்த மூவரையும் அப்படி எடுத்துக்கொள்ளலாம். ஆனால், எந்தவிதமான அதிகப்படியான 'பில்ட் அப்'களும் இல்லாமல் இயல்பான inspirations.

* * *

த டிஸெர்ட்
(THE DESERT)

ஹைதராபாத்தில் இருந்த சமயத்தில் ஒரு பரிசோதனை செய்ய விரும்பினேன். தனிமையில் ஓரிரு நாள்கள் ஒரு அறைக்குள்ளேயே கிடக்க வேண்டும். தொலைபேசி, செய்தித்தாள், தொலைக்காட்சி என்ற எந்தத் தொடர்பு சாதனமும் இருக்கக்கூடாது. வெளியுலகத்தில் என்ன நடக்கிறது என்பதே தெரியாமல் இருக்க வேண்டும் என்பதுதான் குறிக்கோள். வெளிச்சம்கூட அவசியம் இல்லை.

இப்படி இருப்பதால் மனநிலையில் மாறுதல் உருவாகுமா என்று தெரிந்துகொள்ள வேண்டும் என்பதுதான் நோக்கம். ஒரு சுமாரான விடுதியில் அறை எடுத்துத் தங்கியிருந்தேன். உணவு நேரத்தில் மட்டும் கதவைத் தட்டிக் கொடுத்து விடுவார்கள். மற்ற நேரத்தில் சிறைதான். வலுக்கட்டாயமான சிறை.

இப்பொழுது நினைத்துப் பார்த்தாலும் அலறிவிடுவேன். அப்படி இருந்தது அந்த மனநிலை. எவ்வளவு நேரம்தான் தூங்க முடியும்? தூங்கி எழுந்தால் எதைச் செய்வது? நேரம் ஆக ஆக பதறத் தொடங்கியிருந்தேன். இது சிலநாள் கூத்து. அப்படியே வாழ்க்கை அமைந்துவிட்டால்?

வெளியுலகத்தில் என்ன நடக்கிறது என்பதே தெரியாத வாழ்க்கை. வெளியில் மனிதர்கள் செத்துக்கொண்டிருக்கிறார்கள். வீட்டை விட்டு வெளியேறவே முடியாது. அப்படியொரு சூழலில் மூன்று பேர் சிக்கிக்கொள்கிறார்கள். அந்த வீட்டைச் சுற்றிலும் நிறைய மைக்குகளை பொறுத்திவைத்திருக்கிறார்கள். வெளியில் ஏதாவது ஓசை கேட்டால், வீட்டுக்குள் இருக்கும் ஸ்பீக்கர்களில் சத்தம் கேட்கும்.

துப்பாக்கியை வெளியே நீட்டுவதற்கென துளைகளை வைத்திருக்கிறார்கள். அது வழியாகப் பார்த்து சுட்டுக் கொல்லவேண்டும். யார் வந்தாலும் சுட்டுக் கொன்றுவிட வேண்டியதுதான். கருணை எதுவும் பார்க்க வேண்டியதில்லை.

THE DESERT
A film by Christoph Behl
(REC)
Lautaro Delgado
Victoria Almeida
William Prociuk
With the special appearence of: Lucas Lagré
Direction: Christoph Behl / Executive Production: Tomás Lipgot / Associated Production: Duermevela / Script: Christoph Behl, in collaboration with Florencia Incarbone - Constanza Moncada - Nadia Méndez - Tatiana Barrero / Production Manager: Nadia Martínez / Cinematography: Gustavo Biazzi / Direction Assistant: Agustín Vidal / Production Design: Daniel Gimelberg / Costume Design: Paola Andrea Delgado / Make up and FX: Franca Gallo / Editing: Fernando Vega / Post-Production Management: Esteban Perroud / Sound Production and Post-production: Hernán Gerard - Fernando Vega / Animation and Visual effects: Matías Kaplun
plunk
DUERMEVELA
INCAA
UNIVERSIDAD DEL CINE
subterranea
© Copyright Subterranea Films - All rights reserved

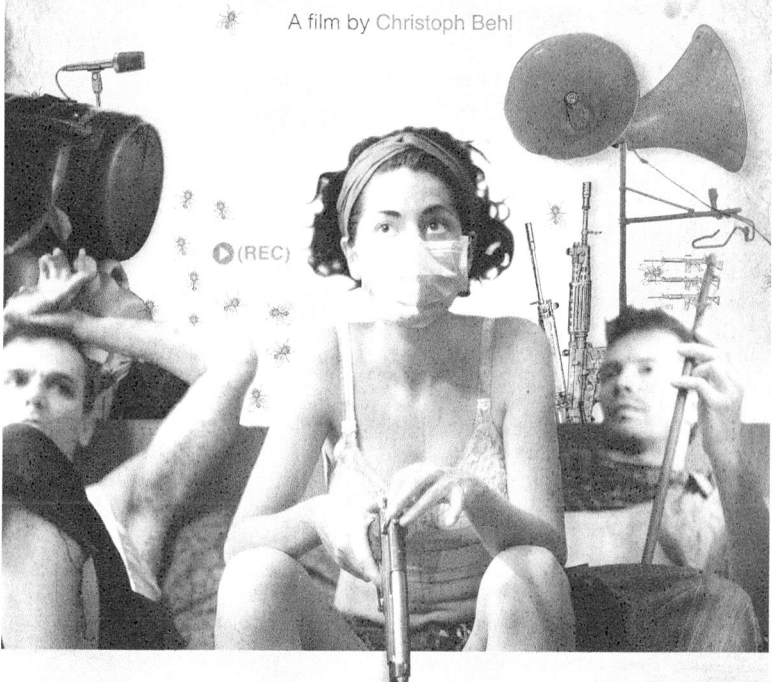

வீட்டைச் சுற்றிலும் பிணங்கள் கிடக்கின்றன. ஜன்னலைக்கூட திறந்துவைக்க முடிவதில்லை. திறந்தால் போதும் – பிணங்களின்மீது ஒட்டியிருக்கும் ஈக்கள் வீட்டுக்குள் வந்துவிடுகின்றன.

அந்த வீட்டுக்குள் அக்ஸெல், ஜோனதன் அவர்களோடு ஒரு பெண் – அனா. மூன்று பேர் மட்டும்தான் இருக்கிறார்கள். இன்னமும் எவ்வளவு நாள்களுக்கு இப்படியே இருக்க வேண்டும் என்று தெரியாது. பொழுது போகவேண்டாமா?

ஒவ்வொருவரும் தங்களது ஆழ்மன வேட்கைகளையும் எண்ணங்களையும் அந்த வீட்டில் முன்பு இருந்த யாரோ விட்டுப் போயிருந்த வீடியோவில் பதிவு செய்து ஒரு பெரிய பெட்டிக்குள் ஒவ்வொரு கேஸட்டாக போட்டுவைக்கிறார்கள். அதைப் பொழுதுபோக்கு என்று சொல்ல முடியாது. ஒருவிதத்தில், அதுதான் வடிகாலாக இருக்கிறது. உணர்ச்சிகளைக் கொட்டிவைக்கிறார்கள். ஆனால், இப்படியே காலத்தை ஓட்டிவிட முடியுமா?

சோற்றுக்கு ஏதாவது வழி செய்வதற்காக, எல்லாவிதமான பாதுகாப்புகளுடனும் குறிப்பாக துப்பாக்கியுடன் அவ்வப்போது வெளியில் சென்று தேவையான பொருள்களை வீட்டுக்குள் எடுத்து வருகிறார்கள்.

ஒருமுறை அப்படிச் செல்லும் அக்ஸெலும் ஜோனதனும் ஒரு நடைபிணத்தைப் (zombie) பிடித்து வருகிறார்கள். அதற்கு ஒரு பெயரையும் வைக்கிறார்கள் – பிதாகரஸ். கிரேக்கப் பெயர்.

அதன் பிறகு என்ன நடக்கிறது என்பதுதான் படம். The Desert என்ற அர்ஜெண்டினா படம் இது. கிறிஸ்டோஃப் பெல் (Christoph Behl) இயக்கிய படம்.

முதல்முறை பார்க்கும்போது சரியாகப் புரியவில்லை. ஆனால், நிறுத்திவிட்டு வேறு வேலையைப் பார்க்கவும் தோன்றவில்லை. ஆரம்பத்தில் இருந்து கடைசி வரைக்கும் கதையும் சரி, இசையும் சரி, ஒளிப்பதிவும் சரி – பிடித்துவைத்துக் கொள்கின்றன.

இரண்டு நாள்கள் கழித்து மீண்டும் ஒருமுறை பார்க்கத் தோன்றியது. அப்பொழுது இன்னும் நிறைய விஷயங்கள் பிடிபடத் தொடங்கின. மூன்றாவது முறை, இன்னமும் சில. இன்னும் எத்தனை முறை வேண்டுமானாலும் பார்க்கக்கூடிய படம் என்று முடிவு செய்து மூடி வைத்துவிட்டேன்.

Existentialism – இருத்தலியல் – அதுதான் படத்தின் சரடு. தாங்கள் வாழும் இடத்தில் மனிதர்கள் யாரும் இல்லை. வெளியில்

அதிபயங்கரமான ஆபத்துகள் சூழ்ந்திருக்கின்றன. வீட்டை விட்டு நினைத்தபடி வெளியேற முடியாது. இயல்பான வாழ்க்கைக்கான அத்தனை வாய்ப்புகளும் அருகிப்போய்விட்ட சூழலில், இந்த வீட்டைத் தவிர வேறு வழியில்லை. அப்படியான சூழலில், மூன்று மனிதர்களின் மனநிலை எப்படி உருமாறுகிறது என்பதுதான் இப்படத்தில் பிரதானப்படுத்தப்பட்டிருக்கிறது.

மூன்று பேரும் நண்பர்கள்தான். ஆனால், அழுத்தம் அதிகமாகிக்கொண்டே போகிறது. அந்த அழுத்தம், நட்பின்மீது விழுகிறது. விரிசல் விழத் தொடங்கும் அல்லவா? அதை அற்புதமாகப் படமாக்கியிருக்கிறார்கள்.

ஜோனதனுக்கு அனாவுடன் காதல். உறவுகொள்கிறார்கள். அதே வீட்டில்தான் பக்கத்துக் கட்டிலில் அக்ஸெலும் இருக்கிறான். காமம் அவனை அலைக்கழிக்கிறது. அனாவை வக்கிரமாக பார்க்கத் துவங்குகிறான். மறைந்து நின்று பார்க்கிறான். காமவேட்கை கொள்கிறான். தனிமையும் காமமும் அக்ஸெலை காய்ச்சி எடுக்கின்றன. தவித்துப்போகிறான். தன்னைத்தானே மற்ற இருவரிடமிருந்தும் கொஞ்சம் கொஞ்சமாக தனிமைப்படுத்திக் கொள்கிறான். இதை ஜோனதனால் புரிந்துகொள்ள முடிகிறது. அனாவை அவனுடன் பேசச் சொல்கிறான். ஆனால், அவள் தவிர்த்துவிடுகிறாள். அக்ஸெல், ஈக்களின் படத்தை தினமும் பச்சைக் குத்திக்கொண்டிருக்கிறான். கைகள், முதுகு, கழுத்து என ஈக்களின் பச்சையானது, மெள்ள மெள்ள உடல் முழுவதும் ஆக்கிரமிக்கிறது.

அனா மீதான தனது காமத்தை அக்ஸெல் வெளிப்படையாகச் சொல்வதில்லை. அதனால், தனது வீடியோ பேச்சுகளில் பதிவு செய்து வைக்கிறான். அக்ஸெல் தன்னை கவனிப்பது குறித்து அனாவுக்குத் தெரியும். வக்கிரத்துடன் பார்க்கிறான் என்று அவள் நம்புகிறாள். தனது வீடியோ பேச்சுகளில் அதை அனா பதிவு செய்து வைக்கிறாள். அனாவின் கேஸட்களை அக்ஸெல் பார்க்கிறான். அக்ஸெலின் கேஸட்களை அனா பார்க்கிறாள். ஆனால் இருவரும் பேசிக்கொள்வதில்லை. அக்ஸெல், தனது அத்தனை அழுத்தத்தையும் அந்த நடைபிணத்திடம் காட்டுகிறான். குத்துகிறான். அடிக்கிறான். அந்த நடைபிணம் உறுமிக்கொண்டே இருக்கிறது.

இப்படியே படம் முழுக்க சுவாரஸியமான காட்சிகள் நிரம்பிக் கிடக்கின்றன. இதை வெறும் சுவாரஸியம் என்று சொல்லிவிட முடியாது. மனித மனத்தின் இண்டு இடுக்குகளில்

வெளிச்சம் பாய்ச்சுவது போன்றதான ஒரு எண்ணம் வருகிறது. மேம்போக்காகப் பார்த்துவிட்டு தாண்டிவிட முடியாத படம் இது.

சில படங்களைப் பார்க்கும்போது அதோடு மறந்துவிடுவோம். ஆனால், சில படங்கள் அப்படியில்லை. படம் பார்க்கும்போது ஒருவிதமான புரிதல் கிடைக்கும். பிறகு யோசிக்கும்போது இன்னொரு புரிதல். அதை நண்பர்களிடம் விவாதிக்கும்போது இன்னொரு விதமான புரிதல். The Desert, அப்படியான படம்தான்.

வெளியிலிருந்து அழுத்தம் விழும்போதும் மனித மனம் எப்படியெல்லாம் உருமாறுகிறது என்பதை நினைக்கும்போது விசித்திரமாக இருக்கிறது. அலுவலகத்தின் அழுத்தத்தை வீட்டில் காட்டுவது மாதிரிதான்.

ஆனால், இந்த மூன்றுபேரின் அழுத்தம் வீரியமானது. மிகக் குரூரமானது. அன்பு, கருணை, நட்பு என்பதையெல்லாம் கோபமும் காமமும் சிதைத்துவிடுகின்றன.

இந்த இரண்டு எண்ணங்களும்தானே எந்த ஒரு உயிரிக்கும் அடிப்படையானது? எதிரிகளிடமிருந்து காத்துக்கொள்ள கோபமும், தனது இனத்தை விருத்தி செய்ய காமமும் அவசியமாகின்றன. அவைதான் காலங்காலமாக அத்தனை உயிர்களையும் வழிநடத்துகின்றன. இவை இரண்டுக்கும் பிறகுதானே பிற அத்தனை உணர்ச்சிகளும்?

அதைத்தான் இந்தப் படம் பேசுகிறது என்று நினைக்கிறேன். படத்தை பார்த்த பிறகு நம்மால் புரிந்துகொள்ளமுடியாத எண்ணங்களை அலைக்கழிக்கச் செய்கின்றன. அத்தகைய விசித்திரமான மனநிலையை காட்சிகளாகப் பார்க்கும்போது மனம் தவித்துப் போய்விடுகிறது.

அதிரடிக் காட்சிகள் எதுவும் இல்லாத படம். முரட்டுச் சண்டைகள் இல்லை. வெறித்தனமான தாக்குதல்கள் இல்லை. விதவிதமான லொகேஷன்கள் இல்லை. ஒரே வீடு. வெறும் மூன்று பேரை வைத்துக்கொண்டு – அவர்களின் மனநிலையைச் சித்திரமாக்கி, ஒரு படத்தை நகர்த்துவது என்பதும் அதை இவ்வளவு விறுவிறுப்பாகக் கொண்டுபோவதும் சாதாரண காரியமில்லை. தூள் கிளப்பியிருக்கிறார்கள் என்றுதான் சொல்ல வேண்டும்.

* * *

பேக் ட்ராக்

(Backtrack)

முதலாம் உலகப் போருக்குப் பிறகு தலையெடுத்த நாஜிக்களின் ராவடிகள், இரண்டாம் உலகப் போர் வரைக்கும் கொடிகட்டிப் பறந்தன என்பதை வைத்து ஏகப்பட்ட புத்தகங்கள் வந்துவிட்டன. திரைப்படங்களைக் கணக்கெடுத்தால், அதன் எண்ணிக்கை சற்று அதிகமாகவே இருக்கும்போலிருக்கிறது. யூதர்களை குழுவாக ஒரு அறைக்குள் தள்ளிவிட்டு விஷ வாயுவை பாய்ச்சிக் கொல்வது, கூட்டம் கூட்டமாகச் சுட்டுக் கொல்வது, தூக்கிலிடுவது, உயிரோடு புதைப்பது, சித்ரவதை செய்து சாகடிப்பது என்று விதவிதமான வகைகளில் தீர்த்துக் கட்டினார்கள். இந்த வதைகளை படம் முழுக்கவும் காட்டி திகிலூட்டுவது ஒரு வகை என்றால், Back Track (Nazi Vengeance) என்ற படம் இன்னொரு வகையில் திகிலூட்டுகிறது.

2014ம் ஆண்டு வெளிவந்த படம் இது. இணையத்தில், நாஜிக்கள் குறித்தான படங்களைத் தேடிக்கொண்டிருந்தபோது சிக்கியது. ஒரு படத்தைப் பார்ப்பதற்கு முன்பாக, அந்தப் படத்துக்கு என்னவிதமான விமரிசனங்கள் வந்திருக்கின்றன என்று பார்ப்பது வழக்கம். தெரியாத்தனமாக பாடாவதிப் படத்தைப் பார்க்கத் துவங்கி, ஒன்றும் புரியாமல் திருகுவலி வந்துவிடக்கூடாதல்லவா? அதனால் இந்த முன்னெச்சரிக்கை நடவடிக்கை. இந்தப் படத்துக்கு பத்துக்கு மூன்று என்கிற ரீதியில்தான் புள்ளிகள் கொடுத்திருந்தார்கள். நாஜிக்கள் பற்றிய படம் என்பதால் கொட்டாவிப்படமாக இருந்தாலும் துணிந்து பார்த்துவிட வேண்டும் என்கிற நினைப்பில்தான் பார்க்கத் துவங்கினேன். எதனால் இவ்வளவு குறைவான ரேட்டிங் கொடுத்திருக்கிறார்கள் என்று தெரியவில்லை. சோப்பலாங்கி படம் எல்லாம் இல்லை. நடுங்க வைத்துவிடுகிறார்கள்.

ADRIEN BRODY AND SAM NEILL
BACKTRACK
NOTHING HAUNTS LIKE THE PAST

நாயகனுக்கு அதிபயங்கரமான கனவுகள் வருகின்றன. அத்தனையும் துண்டு துண்டான கனவுகள். ஒன்றும் பிடிபடுவதில்லை. நாயகிக்கு, அரைகுறையாக மனோவியல் தெரியும். அதை வைத்துக்கொண்டு, அவள் அவனுடைய ஆழ்மனத்தோடு பேசி, அவனது முன் ஜென்மத்து நினைவுகளைக் கிளறி எடுக்கிறாள். இந்தக் கிளறலின் காரணமாக, அவனுக்கு ப்ளம்ப்டன் என்கிற இடம் நினைவுக்கு வருகிறது. அந்த இடத்திற்குச் செல்கிறார்கள். அவர்களோடு இன்னொரு ஜோடியும் வருகிறது. நாயகனும் நாயகியும் இடங்களைத் தேடிச் செல்லும்போது, மற்றொரு ஜோடி தங்களது கொட்டகைக்குள் வழக்கமான வெளிநாட்டுப் படங்களில் எதைச் செய்வார்களோ அதைச் செய்துகொண்டிருக்கிறார்கள். அவர்களது கொட்டகைக்கு வெளியில் ஆளரவம் கேட்கிறது. அந்தப் பெண், 'உனக்கு ஏதாவது சத்தம் கேட்கிறதா?' என்கிறாள். அவன் வக்கணையான பதிலைச் சொல்லிவிட்டுச் சிரிக்கிறான். சுதாரித்திருந்தால் தப்பித்திருப்பார்கள். ம்ஹூம். கொட்டகைக்கு வெளியில் இருந்தபடியே ஒரு முரட்டு ஆசாமி அவனது மண்டையில் அடித்து மயக்கமடையச் செய்கிறான். பிறகு அவனையும் அவளையும் தனித்தனியாகக் கட்டி தனது ட்ராக்டரில் தூக்கிப் போட்டுச் செல்கிறான். அதோடு நிறுத்துவதில்லை. இருவரையும் கட்டிவைத்து, மிகக் குரூரமான சித்ரவதைகளைச் செய்கிறான்.

நாயகனும் நாயகியும் திரும்பிவருகையில், இவர்கள் இருவரும் இல்லாதது கண்டு அதிர்ச்சி அடைகிறார்கள். தேடத் துவங்குகிறார்கள். அவர்களும் அந்த முரட்டுக் கிழவனிடம் சிக்கிக் கொள்கிறார்கள். இருவரையும் அதே சித்ரவதைக்கூடத்துக்குக் கொண்டுபோய், தனித்தனியாகக் கட்டி வைக்கிறான் அந்த முரட்டுக் கிழவன். நான்கு பேர்களும் அவனிடம் ஏன் சிக்குகிறார்கள், எதனால் அந்தக் கிழவன் சித்ரவதை செய்கிறான், இதில் எங்கே நாஜிக்கள் வருகிறார்கள், கடைசியில் என்ன ஆகும் என்பதையெல்லாம் சொல்லிவிட்டால், படம் பார்க்கும்போது திகில் இருக்காது. அதனால், 'யாம் பெற்ற திகில் பெறுக இவ்வையகம்' என்று இதோடு நிறுத்திக்கொள்ளலாம். மீதியை வெள்ளித்திரையிலோ அல்லது திருட்டு டிவிடியிலோ காண்க. ஆனால், எதில் பார்த்தாலும் நல்ல படம் என்று ஒப்புக்கொள்வீர்கள்.

படத்தைப் பார்த்துவிட்டு மீண்டும் விமரிசனங்களைப் படித்தேன். எடிட்டிங் சரியில்லை, கேமரா கோணம் சரியில்லை என்றெல்லாம் சொல்லியிருந்தார்கள். குருவிக்குஞ்சு அளவில்தான்

எனக்கு மூளை என்பதால், அதெல்லாம் ஒன்றும் தெரியவில்லை. முதல் காட்சியில், நாயகன் தனது நினைவின் படிகளில் மெள்ள இறங்குவதில் இருந்தே படம் ஈர்ப்புடன்தான் இருக்கிறது. அந்த ஈர்ப்பு கடைசிவரைக்கும் சிதறாமல் இருக்கிறது என்பதுதான், இந்தப் படத்தை நல்ல படம் என்று சொல்ல வைக்கிறது. நம்பிக்கை இல்லையென்றால், நீங்களே படத்தைப் பார்த்துவிடுங்கள்.

ஒரு திரைக்கதையை எழுதும்போது, அதில் வேறு சில கதைகளையும் பின்னும்போது சுவாரஸியம் கூடிவிடும் என்பார்கள். அப்படிப் பின்னுவது பெரிய காரியமில்லை. ஆனால் துருத்தாமல், தனியாகத் தெரியாமல், தேவையில்லாத திணிப்பு என்று பார்வையாளன் நினைக்காதபடி அந்தத் பின்னல் இருக்க வேண்டும். Back Track படத்தின் திரைக்கதையை மேம்போக்காகப் பிரித்தால்கூட நான்கைந்து கதைகளை தனித்தனியாக எடுக்கலாம். ஆனால், பெரும்பாலும் நாசூக்காகத்தான் பின்னியிருக்கிறார்கள்.

உதாரணமாகச் சொல்ல வேண்டுமானால், ஒரு பெண்ணும் அவளது குழந்தைகளும் வரும் பகுதி. நாயகனின் பழைய நினைவுகளில் அந்தப் பெண்ணும் அவளது குழந்தைகளும் நாஜி படைவீரனால் கொல்லப்படுகிறார்கள். குழந்தைகள் கொல்லப்படுவதையெல்லாம் காட்சிகளாகக் காட்டுவதில்லை. ரத்தம்கூட தெறிப்பதில்லை. குழந்தைகள் ஒரு பூங்காவில் விளையாடிக்கொண்டிருக்கிறார்கள். அவர்களின் அம்மா, தனியாக தரையில் அமர்ந்திருக்கிறாள். சந்தோஷமாக விளையாடும் அந்தக் குழந்தைகளின் முகங்கள் ஒவ்வொன்றாகக் காட்டப்படுகின்றன. அடுத்து அந்த அப்பாவிக் குழந்தைதான் சாகப்போகிறது என்பதை நாம் புரிந்துகொள்கிறோம். குழந்தைகளைக் கொன்றுவிட்டு, அவன் அந்தப் பெண்ணின் முன்பாகச் சென்று நிற்கிறான். அந்தப் பெண் பயத்தோடு எழுந்து நின்று தனது குழந்தைகளை அழைக்கிறாள். 'நான் அவர்களைக் கொன்றுவிட்டேனே' என்ற குரல் மட்டும் கேட்கிறது. அது அந்தக் கொலைகார நாஜிப்படை வீரனின் குரல். அவனது முகம் காட்டப்படுவதில்லை. ஆனாலும் நமக்கு அவன்மீது அவ்வளவு கோபம் வருகிறது. அப்படிக் காட்சிப்படுத்தியிருக்கிறார்கள்.

அதேபோலத்தான் சித்ரவதைக்கூடமும். கை கால்களைக் கட்டிப் போட்டு, கழுத்திலும் ஒரு பெல்ட் ஒன்றை அணிவித்துவிடுகிறான் முரட்டுக் கிழவன். கழுத்தை அசைக்கக்கூட முடியாது. வாயில் துணியைத் திணித்துவிடுகிறான். கத்தவும் முடியாது. முதலில் நாயகியின் உடலில் சூடு வைக்கிறான். கியாஸ் வெல்டிங்

மிஷின்தான் அவனது ஆயுதம். அதைப் பற்றவைத்து அவளது அருகில் எடுத்துச் செல்லும்போதே அவள் பயத்தில் சிறுநீர் கழித்துவிடுகிறாள். அவன் சூடுவைக்க ஆரம்பிக்கும்போது கதறுகிறாள். சத்தம் வெளியில் வராத கதறல் அது. வாயில்தான் துணி இருக்கிறதே! கண்ணீரும் வழிகிறது. மூக்கிலிருந்தும் நீர் வடிகிறது. அந்த முரடன் சர்வசாதாரணமாக, 'அய்ய... இது செகண்ட் டிகிரி நெருப்புக் காயம்தான். மூன்றாவது டிகிரியை காட்டுகிறேன் இரு' என்று மெஷினை தூக்கிக்கொண்டு நாயகனிடம் செல்கிறான். அவனுக்கு சூடு வைக்கப்படும் இடம் நெஞ்சு. எலும்பு தெரியும் அளவுக்கு சதையைக் கருக்குகிறான்.

இந்தச் சூடு வைக்கும் காட்சிகளில் மட்டும்தான் வன்முறையை அப்பட்டமாகக் காட்டுகிறார்கள். ஆனால் அதுவே நரம்புகளில் ஊடுருவிப் போய்விடுகிறது.

நாஜிக்கள் என்பது படத்தின் ஒற்றைவரிக் கதைதான். ஆனால், அதைச் சுற்றிச்சுற்றி மற்ற பாத்திரங்களைக் கோர்த்து, நல்லதொரு திகில் படத்தை உருவாக்கியிருக்கிறார்கள். அடுத்த முறை படம் பார்க்கும்போது விமரிசனங்களை நம்பக்கூடாது என்று முடிவு செய்திருக்கிறேன். குருட்டுவாக்கில் பார்த்துவிட வேண்டும். நன்றாக இருக்கிறதா இல்லையா என்பதை நாமே முடிவு செய்துகொள்ளலாம். இவர்கள் என்ன சொல்வது? அப்படித்தான் இந்த விமரிசனமும். நான் சொல்வதையெல்லாம் நம்ப வேண்டாம். பார்த்துவிட்டு முடிவு செய்துகொள்ளுங்கள்.

* * *

த கிராண்ட் புதாபெஸ்ட் ஹோட்டல்

(The Grand Budapest Hotel)

கிட்டத்தட்ட எல்லோருடைய ஞாபகத்திலும் இருக்கக்கூடிய கேரக்டர்தான். ஒவ்வொருவரும் பள்ளிப்பருவத்தில் பார்த்திருப்போம். வாத்தியார் என்ன சொன்னாலும் 'சரிதான் சார்' 'கரெக்ட்தான் சார்' என்று சொல்வதற்கு ஒரு சுண்டைக்காயன் இருப்பான். வாத்தியாருக்கும் அவனை மிகவும் பிடித்திருக்கும். எந்த வேலையாக இருந்தாலும் அவனிடம்தான் கொடுப்பார். ஓடிப்போய் சாக்பீஸ் எடுத்து வருவதில் இருந்து அடுத்தவன் முட்டியை பெயர்த்தெடுக்க நல்ல மூங்கில் குச்சியாக ஒடித்து வருவது வரைக்கும் சலிக்காமல் செய்வான். ஒரு விநாடி கண்களை மூடிக்கொண்டு யோசித்தால் போதும். நமக்கு அவனது முகம் ஞாபகத்துக்கு வந்துவிடும். ஞாபகம் வந்ததா? எங்களுடனும் ஒரு பையன் இருந்தான். கிருஷ்ணகுமார்.

அவனைப பற்றிச் சொல்லக் காரணம் இருக்கிறது. The Grand Budapest Hotel. கடந்த ஆண்டு வெளிவந்த படம். நகைச்சுவைப் படம் என்று சொல்லி அறிமுகப்படுத்தினார்கள். அப்படியென்றால், வெறித்தனமாக சிரிக்க வைத்துவிடுவார்கள் என்று அதற்கான முஸ்தீபுகளோடுதான் பார்க்கத் தொடங்கியிருந்தேன். முஸ்தீபுகள் என்றால் சிரிக்கிற சிரிப்பில் வீட்டில் இருப்பவர்கள் எழுந்து நான்கு அடி கொடுத்துவிடக்கூடாது என்பதான ஏற்பாடுகள். ஆனால் அதற்கெல்லாம் அவசியமே இல்லை. மெலிதாகப் புன்னகை வரவைக்கக்கூடிய காட்சிகள். அமைதியாகப் பின்னப்பட்ட நகைச்சுவைதான் படம் நெடுகவும்.

ஒரு எழுத்தாளர் கதையைச் சொல்கிறார். அவரது இளம்பருவத்தில் பிரம்மாண்டமான ஹோட்டலில் அதன் முதலாளியைச் சந்திக்கிறார். அந்த முதலாளியின் ஃப்ளாஷ்பேக்தான் படத்தின் கதை. அவர் அந்த ஹோட்டலில் ஊழியனாகச்

a film by
WES ANDERSON
THE
GRAND
BUDAPEST
HOTEL
LOBBY
BOY
TONY REVOLORI
-as-
ZERO MOUSTAFA
JUNIOR LOBBY BOY (IN-TRAINING), GRAND BUDAPEST HOTEL
screenplay by WES ANDERSON story by WES ANDERSON & HUGO GUINNESS
IN THEATERS 2014
GRANDBUDAPESTHOTEL.COM

சேர்ந்தவர். ஜீரோ என்பதுதான் பெயர். அப்பொழுது அந்த விடுதியின் பொறுப்பாளராக இருந்தவருக்கு வயது முதிர்ந்த பணக்காரப் பெண்கள் சிலரோடு தொடர்பு உண்டு. அப்படியான தொடர்புடைய பெண்ணொருத்தி இறந்துவிடுகிறாள். அவளது இறுதிச் சடங்கில் கலந்துகொள்வதற்காகத் தனது விடுதியின் ஊழியனான ஜீரோவை அழைத்துக்கொண்டு செல்கிறார் பொறுப்பாளர். ஜீரோதான் தலையாட்டி பொம்மை. விசுவாசமானவன். அங்கே இறுதிச் சடங்குக்கு முன்பாக அவளது உயில் வாசிக்கப்படுகிறது. மிகப் பிரசித்தி பெற்ற ஓவியம் ஒன்றை பொறுப்பாளருக்கு எழுதி வைத்திருக்கிறாள். அந்தப் பெண்மணியின் மகன் அதற்கு எதிர்ப்புத் தெரிவிக்கிறான். வேறு வழியில்லை. பொறுப்பாளரும் ஜீரோவும் அந்தப் படத்தைத் திருடிக்கொண்டு ஓடிவருகிறார்கள்.

ஆனால், இறந்துபோனவளின் மகன் லேசுப்பட்டவன் இல்லை. உயில் வாசிக்கும் வக்கீலின் கதையை முடித்துவிடுகிறான். அந்தப் பெண்மணிகூட கொலை செய்யப்பட்டிருக்கிறாள் என்று பொறுப்பாளரின்மீது அந்தப் பழி விழுகிறது. பொறுப்பாளரைக் கைது செய்து சிறைச்சாலையில் அடைத்துவிடுகிறார்கள். ஜீரோவுக்கு ஒரு காதலி உண்டு. மிகச் சிறப்பாக கேக் தயாரிப்பவள். அவளது உதவியுடன் கேக்குக்குள் கருவிகள் ஒளித்து வைக்கப்பட்டு சிறைச்சாலைக்குள் அனுப்பப்படுகின்றன. அந்தக் கருவிகளை வைத்துக்கொண்டு பொறுப்பாளரும் அவரோடு சேர்ந்து இன்னமும் சிலரும் தப்பிக்கிறார்கள். இந்தச் சமயத்தில், இறந்துபோன அந்தப் பெண்மணி இரண்டாவது உயிலை எழுதி வைத்திருப்பதாகவும், அது இவர்கள் திருடிக்கொண்டு வந்த ஓவியத்தின் பின்னால் ஒளித்து வைக்கப்பட்டிருப்பதாகவும் தெரியவருகிறது. சிறைச்சாலையில் இருந்து தப்பிக்கும் பொறுப்பாளருக்கு ஜீரோ எப்படி உதவுகிறான், அந்த உயிலை எப்படிக் கண்டுபிடிக்கிறார்கள் என்பதையெல்லாம் லாஜிக்கை பற்றிப் பெரிதாக அலட்டிக்கொள்ளாமல் பார்க்க வேண்டும்.

இரண்டாவது உயிலின்படி, அந்தப் பெண்மணிதான் அந்த ஹோட்டலின் உரிமையாளர் என்று தெரிகிறது. அவள், விடுதியை பொறுப்பாளரின் பெயருக்கு எழுதி வைத்துவிட்டு பரலோகத்தை அடைந்திருக்கிறாள். அந்தப் பொறுப்பாளர், தனது வாரிசாக ஜீரோவை நியமிக்கிறார். அந்த ஜீரோதான் எழுத்தாளரிடம் தனது ஃப்ளாஷ்பேக்கை சொல்லும் முதலாளி. ஆரம்பித்த இடத்திலேயே முடித்துவிட்டார்.

இப்பொழுது கிருஷ்ணகுமாரின் கதையைச் சொல்லிவிடுகிறேன். கிருஷ்ணகுமாருக்கு கணக்கு வாத்தியார் எதிர்வீடுதான். சுமாராகப் படித்த மற்ற மாணவர்கள் எல்லாம் பொறியியல் என்று குட்டையில் விழ, இவன் வாத்தியாரைப் பின் தொடர்கிறேன் என்று கணிதம் சேர்ந்தான். பிறகு முதுகலை கணிதம் என்று இழுத்துக்கொண்டே சென்றவன், முனைவர் பட்டம் வாங்கிவிட்டுத்தான் ஓய்ந்தான். ஒன்றும் மோசம் போய்விடவில்லை. கணிதப் பேராசிரியர் ஆகிவிட்டான்.

ஜீரோவை பார்க்கும்போது கிருஷ்ணகுமார்தான் நினைவுக்கு வந்தான். ஜீரோவின் வெள்ளந்தியான உடல்மொழியும் தனது முதலாளியின் வார்த்தைகளுக்காக அவன் காட்டும் விசுவாசமும், நம்மை கதையோடு ஒன்றச் செய்துவிடுகின்றன. பொறுப்பாளர், தனது இறந்துபோன முதிய காதலியைப் பார்க்கச் செல்லும்போது, எல்லையில் விசாரணை நடத்துகிறார்கள். அப்பொழுது ஜீரோவுக்கு அடி விழுகிறது. அப்பொழுது பரிதாபமாகத் தெரிகிறான். அதே ஜீரோ, பொறுப்பாளருடன் சேர்ந்து ஊர் ஊராக ஓடும்போதும் எதிரிகளுடன் சண்டை போடும்போதும், ‘அட நம்ம பையன்’ என்கிற நினைப்பை உருவாக்கிவிடுகிறான். பொறுப்பாளர், ஜீரோவின் காதலியுடன் பேசும்போது ‘அவள் எனது காதலி... வழியாதே’ என்று தடுக்கும்போது சிரிப்பை வரவழைத்துவிடுகிறான். அந்தப் பையனாக நடித்த நடிகரின் பெயர் டோனி ரெவோல்ரி. அடித்து தூள் கிளப்பியிருக்கிறார்.

படத்தில் கிறுக்குத்தனமான தனி காமெடி ட்ராக் எதுவும் இல்லை. ஒரு கொலை, அந்தக் கொலைக்கான சொத்துப் பின்னணி, அதில் சிக்கவைக்கப்படும் விடுதிப் பொறுப்பாளர், சிறைச்சாலை, அதிலிருந்து தப்பித்து ஓடுவது என படம் விறுவிறுப்பாக ஓடுகிறது. சிறைச்சாலையை உடைக்கிறார்கள், துப்பாக்கியில் சுட்டுக்கொள்கிறார்கள், விரல்களைத் துண்டிக்கிறார்கள், கொலை செய்கிறார்கள். ஒரு அதிரடித் திரைப்படத்துக்கான அத்தனை சரக்குகளும் இருக்கின்றன. ஆனால், அதிரடித் திரைப்படம் என்று சொல்லிவிட முடியாது. இவற்றில்தான் நகைச்சுவை. கதாபாத்திரங்கள் நடப்பதிலிருந்து அவர்கள் காட்டும் சேஷ்டைகள் வரை அனைத்திலும் வழக்கமான படங்களிலிருந்து வித்தியாசத்தைக் காட்டுகிறார்கள். அதனால்தான் இதை முக்கியமான படம் என்று என்னிடம் சொல்லியிருப்பார்கள் போலிருக்கிறது. வெறும் கதையை மட்டும் பார்த்தால் ஒரு சுமாரான திரைப்படம் என்று முடிவு செய்து கொள்ளலாம். அப்படித்தான் முடிவு செய்து

வைத்திருந்தேன். அவ்வளவுதான், திரைப்படங்கள் குறித்தான அறிவு எனக்கு. ஆனால் வெஸ் ஆண்டர்ஸனின் படங்களை வெறும் கதையோடு மட்டும் பார்க்கக்கூடாது என்றார்கள்.

இது என்ன வம்பாக இருக்கிறது என்று மீண்டும் ஒருமுறை பார்க்கத் துவங்கினேன். மேற்சொன்ன அத்தனை விஷயங்களும் புலப்படத் துவங்கின. ஜீரோவாக நடிக்கும் பொடியனின் முகபாவனையிலிருந்து, காட்சிகளில் இடம்பெறும் கவித்துவமான இடங்கள் வரை அனைத்தையும் சேர்த்து கவனித்தால், ஒரு முழுமையான படம் பார்த்த நிறைவைத் தருகிறது. ஆனால் இரண்டு முறை பார்ப்பதற்கான பொறுமையும் இதிலிருந்து எதைக் கற்றுக்கொள்ளப்போகிறோம் என்கிற மூக்கரிப்பும் அவசியம்.

படம் பார்த்துவிட்டு கிருஷ்ணகுமாரிடம் பேசினேன். இதுநாள் வரையிலும் அவனது குருநாதருக்குத் தனிப்பயிற்சியில்தான் கொழுத்த வருமானம். அவருக்கு வயதாகிவிட்டது. இனிமேல் தனிப்பயிற்சி எடுப்பதை நிறுத்திவிடலாம் என்றிருக்கிறாராம். அவர் நிறுத்தியவுடன்தான் தொடரப்போவதாகச் சொன்னான். 'The Grand Budapest Hotel கைமாறுகிறதா' என்றேன். அவனுக்குப் புரியவில்லை. திரும்பத் திரும்பக் கேட்டான். ஒன்றுமில்லை என்று சொல்லிவிட்டு இணைப்பைத் துண்டித்தேன். பைத்தியக்காரன் என்று நினைத்திருப்பான். நினைத்துவிட்டுப் போகட்டும். எல்லா இடங்களிலும் ஜீரோவும் கிருஷ்ணகுமாரும் இருந்துகொண்டேதான் இருக்கிறார்கள். இல்லையா?

* * *

வைல்ட்

(Wild)

அம்மா இறந்துவிடுகிறாள். அந்நியோன்யமான அம்மா. சந்தோஷமோ, வேதனையோ எதிர்கொண்ட எல்லாவற்றையும் சிரித்துக்கொண்டே எடுத்துக்கொண்டவள் அவள். அப்பன் குடிகாரன். குடித்துவிட்டு மனைவியை அடிக்கிற குணமுடையவன். ஆனால் அவனைக் கட்டிக்கொண்டதால் அம்மாவுக்கு வருத்தம் எதுவும் இல்லை 'நீங்க ரெண்டு பேரும் கிடைச்சீங்களே' என்று மகனிடமும் மகளிடமும் ஆறுதல்பட்டுக்கொள்ளும் அற்புதமான ஆன்மாவாக இருந்தவள். மகளும் அம்மாவும் ஒரே கல்லூரியில் படிக்கிறார்கள். படித்துக்கொண்டிருக்கும்போதே தண்டுவடத்தில் ஒரு கட்டி வந்துவிடுகிறது. எப்படியும் சில ஆண்டுகள் தாக்குப்பிடித்துவிடுவாள் என்று மருத்துவர்கள் சொல்கிறார்கள். ம்ஹூம். 'இத்தனை வருஷங்களா மனைவியாகவும் அம்மாவாகவுமே வாழ்ந்துவிட்டேன்... என்னோட வாழ்க்கையை வாழ இன்னமும் காலம் இருக்குன்னு நினைச்சிட்டு இருந்தேன்' என்று கலங்கிய அம்மா இறந்தவுடன் மகளுக்கு அடுத்து என்ன செய்வதென்று தெரியவில்லை. உடைந்துபோனவள், ஹெராயின் எடுத்துக்கொள்ளத் துவங்குகிறாள். கண்டவனோடு படுக்கையைப் பகிர்ந்துகொள்கிறாள். கணவன் நல்லவன்தான். ஆனால் முகம் தெரியாதவர்களோடு தனது மனைவி படுக்கையறையில் கிடப்பதை எப்படி ஏற்றுக்கொள்வான்? பிரச்சினைகள் பெரிதாகி, விவகாரத்து செய்துகொள்கிறார்கள். பரஸ்பரம் கட்டிப்பிடித்து முத்தம் கொடுத்து பிரிகிறார்கள்.

செரில் ஸ்ட்ரேட் (Cheryl Strayed) எழுதிய Wild என்ற புத்தகத்தை சிலபேர் வாசித்திருக்கக்கூடும். லட்சக்கணக்கான பிரதிகள் விற்ற புத்தகம் அது. அவரது சொந்தக் கதைதான் புத்தகமாகியிருக்கிறது. புத்தகத்துக்கு அப்படியொரு பெயர் வைக்கக் காரணம் இருக்கிறது. வெறும் அம்மா – மகள் கதை

Wild
BASED ON THE INSPIRATIONAL BEST SELLER
BY CHERYL STRAYED

மட்டும் இல்லை. அம்மாவின் மறைவுக்குப் பிறகாக மகள் தன்னந்தனியாக நடக்கத் தொடங்குகிறாள். கிட்டத்தட்ட ஆயிரத்து அறுநூறு கிலோமீட்டர்கள். காடு, மலை, பனி என்று பல்வேறு இடங்களைத் தாண்டி Pacific Crest Trail என்ற மலைத்தொடரைத் தாண்டுகிறார் செரில். எல்லோராலும் இந்தக் காரியத்தைச் செய்துவிட முடியாது. மலையேற்றத்தில் மிகுந்த அனுபவம் வாய்ந்தவர்களேகூட பாதியில் திரும்பிவிடுவார்களாம். பாலையின் கடும் வெப்பத்தைத் தாங்கவேண்டி இருக்கும். உயரமான மலைப்பாதைகள், சறுக்கிவிடும் பனி மலைகள், விலங்குகள், சக மனிதர்களின் தொந்தரவுகள் என அத்தனை தடைகளையும் தாண்டுவது என்பது – அதுவும், ஒரு பெண் தாண்டுவது என்பது லேசுப்பட்ட காரியமில்லை. ஆனால் செரில் சாதித்திருக்கிறார். கிட்டத்தட்ட மூன்றரை மாதங்கள் தொடர்ந்து நடந்திருக்கிறார். அது மிகப்பெரிய அனுபவமல்லவா? அதை அப்படியே புத்தகமாக்கிவிட்டார்.

போதையைப் பழகிக்கொண்டவள், காமத்தின் கட்டற்ற போக்குகளில் திசைமாறிக் கிடந்தவள்தான் இப்படியொரு சாகசத்தைச் செய்கிறாள். அந்தச் சாகசத்தின் வழியாக பாசமும் நெகிழ்ச்சியும் தோல்விகளும் பிரிவுகளும் நிறைந்த தனது வாழ்க்கையை நினைத்துப் பார்க்கிறாள். அந்த வாழ்க்கையில் அம்மா வருகிறாள். சகோதரன் இடம் பெறுகிறான். கணவனுக்கு இடமிருக்கிறது. முகம் தெரியாத ஆடவர்கள் வந்து போகிறார்கள். இவ்வளவு சுவாரஸியமான கதை சிக்கினால் சினிமாக்காரர்கள் விடுவார்களா?

இந்தப் புத்தகத்தை படமாக்கிவிட்டார்கள். அதே டைட்டிலில். 2014ம் ஆண்டில் வெளிவந்த படம் இது. படம் தொடங்கும்வரைக்கும் சிரத்தையில்லாமல்தான் பார்த்தேன். ஆனால், செரிலாக நடித்த அந்த அம்மணி, முதல் காட்சியில் கதறுவார் பாருங்கள்! அடுத்த விநாடியே இந்தப் படத்தை வெகு சாதாரணமாகப் பார்க்கக்கூடாது என்று முடிவு செய்ய வைத்துவிடுகிறது. ஏதோ ஒரு பெண், கலவியின் உச்சத்தில் கத்துவதாகத்தான் ஆரம்பத்தில் தெரியும். ஆனால், காரணம் அதுவன்று. மலையேறி வரும் அவரது கால் விரல் நகத்தில் அடிபட்டிருக்கும். அந்த வலியில்தான் கதறுகிறாள். ரத்தம் கசிந்துகொண்டிருக்கும்போது தனது காலணியைக் கழற்றிவிட்டு பற்களைக் கடித்துக்கொண்டு நகத்தை பிடுங்கி எறிகிறாள். அப்பொழுது ஷூ உருண்டு கீழே விழுந்துவிடும். ஷூ இல்லாமல்

அந்த மலையை எப்படித் தாண்டுவது? மிச்சம் இருக்கும் ஒன்றை மட்டும் வைத்துக்கொண்டு என்ன செய்வது என்ற குழப்பத்தில் அதையும் தூக்கி எறிந்துவிட்டு அவர் கதறுவதை, நல்ல ஒலி அமைப்போடு பார்த்தால் நமது முதுகுத்தண்டில் சிலிர்த்துவிடும். எனக்கு சிலிர்த்துவிட்டது.

ரீஸ் விதர்ஸ்பூன் (Reese Witherspoon) – அவர்தான் நாயகி. அம்மா குறித்த நினைவுகள், கணவனுடனான பிரிவு என்ற தனது காயங்களை ஆற்றுவதற்கு நடப்பதுதான் வழி என்று முடிவு செய்கிறார். இவ்வளவு தொலைவையும் நடந்தே கடக்கப்போவதாக முடிவுசெய்து, பயணத்துக்கு தேவையான சாமான்களை மூட்டை கட்டி அதைத் தூக்கமுடியாமல் தூக்கி தோளில் சுமக்கும் காட்சியில் ஆரம்பித்து, மொத்தப் படத்தையும் தனது முதுகில் தூக்கிக்கொண்டு சுமக்கிறார். அவர் நடக்கும்போது தனது பழைய கதையின் சம்பவங்கள் ஒவ்வொன்றாக நினைத்துப் பார்த்துக்கொண்டே வருவதுதான் படம் முழுக்கவும். ஆனால், அதைப் பின்னியிருக்கும் விதம்தான் அட்டகாசம். எந்த இடத்திலும் சலிப்பே தட்டுவதில்லை. அடுத்தது என்ன நடக்கும் என்றே தன்னோடு சேர்த்து பார்வையாளர்களையும் பயணிக்க வைத்துவிடுகிறார்.

தனது நடையை ஆரம்பிக்கும் முதல் நாள் மாலையிலேயே 'திரும்பிவிடலாமா!' என்று யோசிக்கிறாள். ஆனால் திரும்புவதில்லை. உறுதியாக இருக்கிறாள். தனது பாதையில் ஒவ்வொரு நாளும் தொடர்ந்துகொண்டிருக்கிறாள். மிகப்பெரிய பாம்பு ஒன்றைப் பார்க்கிறாள். இரவில் படுத்திருக்கும்போது அந்தப் பாம்பு வந்துவிடுவதாக நினைப்பு வந்து அலறியடித்து எழுகிறாள். யாருமே இல்லாத வனாந்திரத்தின் தனிமையில் ஒரு நரியைப் பார்க்கிறாள். அவளது தனிமைக்கு ஒருவிதத்தில் அது ஆறுதலாக இருக்கிறது. 'போகாதே' என்கிறாள். ஆனால் அது நகர்ந்துவிடுகிறது. குடிப்பதற்குத் தண்ணீரே சிக்காமல் தவிக்கிறாள். ஓரிடத்தில் ஈயும் கொசுக்களும் நிறைந்து கிடக்கும் தண்ணீர் தேங்கிக் கிடக்கிறது. அதை பாட்டிலில் நிரப்பிக்கொண்டிருக்கும்போது இரண்டு ஆடவர்கள் வருகிறார்கள். 'தங்களோடு ஓர் இரவைக் கொண்டாடத் தயாரா' என்கிறார்கள். அந்த நடுக்காட்டில் இப்படியெல்லாம் கேட்டால் பயம் வரத்தானே செய்யும்? பயந்துபோனவள் அந்த இடத்தைவிட்டு நகர்வதாக பாவனை காட்டிவிட்டு அவர்கள் சென்றுவிட்டார்கள் என்ற நம்பிக்கையில் ஆடை மாற்றுகிறாள். அந்த இருவரில் ஒருவன் அங்கேயேதான் இருப்பான். மீண்டும்

அதையே கேட்பான். அவனிடம் உறுதியாகப் பேசிவிட்டு நகர்ந்து செல்வாள். இப்படியாக ஒவ்வொரு காட்சியிலுமே ரீஸ் புகுந்து விளையாடியிருக்கிறார்.

தனது பாதையில் ஒரு குதிரையைச் சந்திக்கிறாள் செரில். அந்தக் குதிரை, தனது அம்மா வளர்த்த குதிரையை நினைவூட்டுகிறது. அம்மா இறப்பதற்கு முன்பாக அந்தக் குதிரையிடம் அன்பாக நடந்துகொள்ளச் சொல்கிறாள். ஆனால் அவள் இறந்தபிறகு செரிலின் சகோதரன் அதைச் சுட்டுக்கொல்கிறான். அதை இவளும் பார்த்துக்கொண்டே நிற்கிறாள். அந்தக் காட்சி எதைச் சொல்லவருகிறது என்று கொஞ்ச நேரம் புரியவில்லை. ஆனால், பெரிதாக குழப்பிக்கொள்ள வேண்டியதில்லை. என்னதான் தனது நினைவுகளை அழிக்க முடிந்தாலும் எவ்வளவு தூரம்தான் நடந்து சலித்தாலும் அந்த நினைவுகள் அவளோடுதான் ஒட்டிக்கொண்டிருக்கின்றன என்பதற்கான புரிதல் அது. யாரால்தான் நினைவுகளை அழித்துவிட முடியும்! காலங்காலமாக நம்மோடுதானே ஒட்டிக்கொண்டிருக்கின்றன?

இழந்த உறவுகள் அவளுக்குள் உருவாக்கும் வெற்றிடம், அதை நிரப்புவதற்கு வழி தெரியாமல் எதை எதையோ நாடுகின்ற மனம், வலியைக்கூட பற்களைக் கடித்துக்கொண்டு பொறுத்துக்கொள்கிற உறுதி என ஒரு பெண்ணின் மனநிலையை எந்தவிதமான ஆரவாரமும் இல்லாமல் படம் நெடுகக் காட்டியிருக்கிறார்கள். அதுவும் விதவிதமான பரிமாணங்களில். இப்படிப்பட்ட வித்தியாசமான படங்களைப் பார்க்கும்போது ஏதோ ஒருவிதத்தில் மனம் சலனமடைந்துவிடுகிறது. நமக்குள் எவ்வளவோ கேள்விகள் அலையடிக்கின்றன. இப்படி எழுப்பப்படும் கேள்விகள்தான் ஒரு நல்ல படைப்புக்கான அடையாளம். அந்தக் கேள்விகளுக்கு அந்தப் படைப்பிலிருந்து நேரடியான பதிலைப் பெற்றுவிட முடியும் என்று நம்ப வேண்டியதில்லை. ஆனால் அதற்கான பதில்களை நமக்குள் நாமே தேடத் தொடங்கியிருப்போம். Wild – அப்படியான ஒரு படம்தான். அற்புதமான படம்.

* * *

THE
INTERVIEW

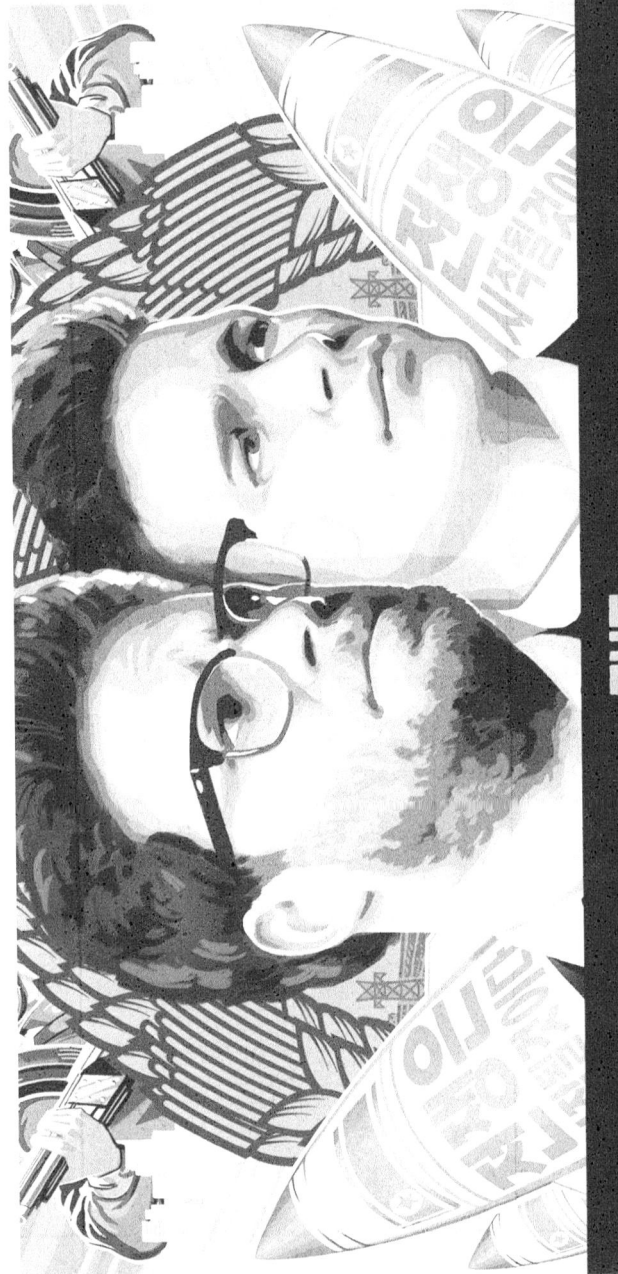

த இன்டர்வியூ
(The Interview)

நம் வயதையொத்த ஆட்கள் நாம் நினைத்துப் பார்க்கவே முடியாத இடத்தில் இருக்கும்போது துளியூண்டு பொறாமை எட்டிப்பார்க்கும் அல்லவா? 2012ம் ஆண்டிலிருந்து அப்படிப்பட்ட பொறாமையை ஒரு மனிதன்மீது வைத்திருக்கிறேன். கிம் ஜாங் உன். வட கொரிய அதிபர். அவருடைய தாத்தாவும் அதிபர். அவருக்குப் பிறகு தந்தையும் அதிபர். இப்பொழுது இவரும் அதிபர். முப்பத்தியிரண்டு வயதுதான் ஆகிறது. இரண்டு வருடங்களுக்கு முன்பே அதிபராக்கிவிட்டார்கள்.

வட கொரியாவைப் பொறுத்தவரை, அதிபர்கள் என்றால் சாதாரண அதிபர்கள் இல்லை. ஐந்து வருடத்துக்கு ஒருமுறை ஆட்சி மாறும் என்றெல்லாம் எதுவும் இல்லை. சாகும்வரை, எதிர்த்துக் கேட்க ஆளில்லாத சகல அதிகாரங்களும் படைத்த கடவுள் மாதிரி. ஒரே ஒரு இம்சை உண்டு – அது அமெரிக்காக்காரன். அவனைச் சமாளிக்க அவ்வப்போது அணுகுண்டு வெடித்துக் காட்ட வேண்டும். 'எம் பக்கத்தில் வந்தால் 'சொய்ங்'ன்னு உன் மேல வீசுற அளவுக்கு வசதி இருக்கு' என்று மிரட்டிக்கொண்டே இருக்க வேண்டும். அதைத்தான் பரம்பரை பரம்பரையாகச் செய்துகொண்டிருக்கிறார்கள்.

சில ஆண்டுகளுக்கு முன், சீனாவில் டாலியன் என்னும் ஊருக்குப் பயணம் செய்யும் வாய்ப்பு எனக்கு கிடைத்தது. இடையில் நான்கு நாட்கள் சேர்ந்தாற்போல் விடுமுறை வந்தது. டாலியனிலிருந்து வட கொரியாவுக்கு எளிதாகச் சென்றுவிடலாம் என்றார்கள். நவீன உலகின் புதிரான நாடு என்றால் வட கொரியாதானே? அதைப்பற்றி முழுமையான தகவல் எதுவுமே கிடைக்காது. எல்லாவற்றையும் மறைத்து வைத்திருக்கிறார்கள், ஒரு எட்டு போய்ப் பார்த்துவிட்டு வந்துவிடலாம் என்பதற்கான

முஸ்தீபுகளில் இறங்கினேன். வருடத்துக்குச் சில ஆயிரம் வெளிநாட்டவர்களைத்தான் சுற்றுலாவுக்கென்று அவர்கள் தங்கள் நாட்டுக்குள் அனுமதிப்பார்கள். அதுவும் குழுவாக வந்தால்தான் அனுமதிப்பார்களாம். உடன் வந்திருந்த ஆட்களைக் கேட்டுப் பார்த்தேன். சீனப் பெருஞ்சுவரைப் பார்க்க அவர்கள் முடிவு செய்திருந்தார்கள். தனியாக வட கொரியாவுக்குச் செல்லும் தெனாவெட்டு இல்லாததால், அந்த யோசனையைக் கைவிட்டுவிட்டேன்.

ஆனால், அப்பொழுதிருந்தே மூக்கு அரித்துக்கொண்டிருக்கிறது. அப்படி என்ன அந்த நாட்டில் இருக்கிறது என்று எந்த ஆவணப்படம் கிடைத்தாலும் விடுவதில்லை. Land of Whispers என்ற ஒரு ஆவணப்படம் ஓராண்டுக்கு முன்பாக வந்திருந்தது. வட கொரியாவுக்குப் பயணம் செய்த ஒருவர் அதைப் படமாக்கியிருந்தார். கொரியாவைப் பற்றிக் கொஞ்சம் கொஞ் சமாகத் தெரிந்துகொள்ளத் தொடங்கியபோது, அந்த ஆளுக்கு படு தைரியம்தான் என்று நினைக்கத் தோன்றியது. இதை அப்படியே வெளியிடப்போகிறான் என்று தெரிந்திருந்தால், அப்போதே வகுந்திருப்பார்களோ என்னவோ! வடகொரியாவைப் பற்றி முழுமையாக இல்லையென்றாலும் குறுக்குவெட்டாகப் புரிந்துகொள்ள அந்தப் படம் உதவும். யூடியூப்பிலேயே கிடைக்கிறது.

இந்த இடத்தில் கொரியாவின் வரலாற்றைக் கொஞ்சம் தெரிந்துகொள்ள வேண்டும்.

ஒருங்கிணைந்த கொரியா ஒரு காலத்தில் ஜப்பான் வசமிருந்தது. இரண்டாம் உலகப்போரில் ஜப்பான் வீழ்ந்த பிறகு, கொரியா பிரிக்கப்பட்டு வட கொரியா ரஷ்யாவின் வசமும், தென் கொரியா அமெரிக்காவின் வசமும் வந்தன. தென் கொரியர்கள் அதிர்ஷ்டசாலிகள். தப்பித்துவிட்டார்கள். அமெரிக்காவின் வசம் வந்ததால் தப்பித்துவிட்டார்கள் என்று சொல்லவில்லை. ஆட்சி அதிகாரம் ஒரே குடும்பத்திடம் சிக்கவில்லை. ஆனால் வட கொரியர்கள் பாவப்பட்டவர்கள். கிம் குடும்பத்தாரிடம் காலங்காலமாக தங்களை அடிமைகளாக நேர்ந்துகொடுத்துவிட்டார்கள். வட கொரியாவைப் பொறுத்தவரை அதிபர்களாக இருந்த தாத்தா, அப்பா, பேரன் என்ற மூன்று பேரும்தான் கடவுளர்கள். அவர்களால் முடியாத காரியம் எதுவுமே இல்லை. பள்ளிக் குழந்தைகள் முதல் பெரியவர்கள் வரை அத்தனை பேரையும் கிட்டத்தட்ட மூளைச்சலவை செய்து வைத்திருக்கிறார்கள். தங்கள் அதிபர் சிறுநீர் கழிக்கமாட்டார், மலம்

கழிக்கமாட்டார் என்று நம்புகிற கொரியர்களைச் சாதாரணமாகப் பார்க்கலாம் என்று சொல்வார்கள். தெய்வங்கள் சிறுநீர் கழிப்பார்களா? அந்த அடிப்படையில்தான் இந்த நம்பிக்கை.

திரும்பிய பக்கமெல்லாம் தங்களின் தலைவரின் படம்தான். அதிபரின் படம் பிரசுரிக்கப்பட்ட செய்தித்தாளை மடக்கக்கூடாது. அவர்களது சிலைகளை நிழற்படம் எடுத்தாலும்கூட அவர்களது கீழாக இருந்துதான் படம் எடுக்க வேண்டும். எந்தப் பாகத்தையும் கத்தரிக்கக்கூடாது. மலைச்சிகரங்களுக்கு அதிபரின் பெயர். எங்கெங்கும் சிலைகள். இப்படி நாடு முழுவதும் அனைத்துமே கிம் மயமாகிக் கிடக்கிறது. செய்திகள் தணிக்கை செய்யப்படும். சானல்கள் தணிக்கை செய்யப்படும். தணிக்கை என்றால் சாதாரண தணிக்கை இல்லை. கடுமையான கட்டுப்பாடுகள். நாட்டு மக்களுக்கு சோற்றுக்குப் பஞ்சம் என்றாலும், உலக ராணுவங்களில் நான்காவது பெரிய ராணுவம் வட கொரியாவுடையதுதான். உலகின் மிகக் காஸ்ட்லியான கார்களை கணக்கு வழக்கு இல்லாமல் சேகரித்து வைத்திருப்பதாக அதிபர் குறித்தான செய்திகள் உண்டு. நாட்டு மக்கள் எக்கேடு கெட்டால் என்ன? அதிகாரம் எங்களிடம் இருக்கிறது என்கிற நினைப்புதான் அதிபருடையது.

இப்போது அதிபராக இருக்கும் கிம், சுவிட்சர்லாந்தில் படித்திருக்கிறார். அவர் சுவிஸ்ஸில் இருந்தபோது அவர்தான் வட கொரிய அதிபரின் வாரிசு என்பது யாருக்குமே தெரியாது. சுவிட்சர்லாந்தில் இருக்கும் வட கொரிய தூதரகத்தின் அதிகாரி ஒருவரின் மகன் என்ற அடையாளத்தோடு, வேறு பெயரில்தான் படித்திருக்கிறார். ஒரு நிழற்படம்கூட வெளியானதில்லை. அவர்தான் வட கொரியாவின் அடுத்த அதிபர் என்பதே யாருக்கும் தெரியாது. அவருடைய சகோதரர் ஒருவர்தான் அடுத்த அதிபர் ஆவார் என்று நம்பியிருக்கிறார்கள். அவருக்கு சற்று பெண் சாயல் இருக்குமாம். அதனால் இவரை அதிபராக்கிவிட்டார்கள். இறந்துபோன இவரது அப்பாவின் விருப்பம் அது – பெண் சாயல் உடையவன் அதிபராகக்கூடாது என்று சொல்லிவிட்டாராம்.

இந்த அதிபரைப் பற்றிய செய்திகளையும் தகவல்களையும் படமாக்கிப் பார்த்தால் எப்படி இருக்கும்? அப்படியொரு படமும் வந்திருக்கிறது. The Interview.

வட கொரிய அதிபர் கிம் ஜாங் உன் (Kim Jong Un)-ஐ நேர்காணல் செய்வதற்காக இரண்டு பத்திரிகையாளர்கள் வட கொரியா செல்கிறார்கள். அவர்களை வைத்து அதிபரைக் கொல்ல அமெரிக்க உளவுப் படை திட்டமிடுகிறது. இந்தக் கதையின் வழியாக வட

கொரியாவின் சூழலை வெட்ட வெளிச்சமாக்குவதற்கு முயற்சி செய்திருக்கிறார்கள்.

இந்தப் படத்தை சோனி நிறுவனம் தயாரித்திருந்தது. வெளியிலிருந்து பார்ப்பவர்களுக்கு படு ஜாலியான படம். ஆனால், படத்தை வெளியிட்டால் கருணையே இல்லாத நடவடிக்கையை எடுப்போம் என்று வட கொரியா மிரட்டியது. படத்தைத் தயாரித்த சோனி நிறுவனத்தின் கணினிகள் முடக்கப்பட்டன. அந்நிறுவனம் தயாரித்து வைத்திருந்த வேறு சில படங்களின் காட்சிகளைக் கசியவிட்டார்கள். பிரச்சினை தீவிரமாகிக்கொண்டிருந்ததை உணர்ந்த சோனி நிறுவனம், இந்தப் படத்தை திரையரங்குகளில் வெளியிடுவதற்குத் தயங்கியது. 'பணம்போனால் தொலையட்டும். கொரியர்களுடன் எதுக்கு வம்பு?' என்ற தயக்கம்தான். படத்தை வெளியிட வேண்டும் என்று அமெரிக்க அதிபர் உள்ளிட்டோர் அழுத்தம் கொடுத்தார்கள். கடைசியில், இணையத்தின் வழியாக மட்டும் படம் வெளியானது.

ஸ்கைலார்க் என்னும் நிகழ்ச்சியின் தொகுப்பாளர் டேவ் மற்றும் அந்த நிகழ்ச்சியின் இயக்குநர் ஆரோன். பெரிய அரசியல் ஆர்வம் எதுவும் இல்லாதவர்கள். வட கொரிய அதிபர் தங்கள் நிகழ்ச்சியின் ரசிகர் என்று அவர்களுக்குத் தெரிய வருகிறது. அதுவரை பொழுதுபோக்கு நிகழ்ச்சிகளை நடத்திக்கொண்டிருந்தவர்கள், 'உங்களின் நேர்காணல் வேண்டுமே' என்று வட கொரியாவுக்கு செய்தி அனுப்புகிறார்கள். பாதுகாப்புக் காரணங்களுக்காக ஆரோனை சீனாவின் மலைப்பகுதிக்கு வரச் சொல்கிறார்கள். கஷ்டப்பட்டு பயணிக்கிறார். ஒரே நிமிடம்தான். வடகொரிய அரசு நேர்காணலுக்கு அனுமதி அளிக்கிறது. 'இதைச் சொல்லவாடா இவ்வளவு தூரம் அலையவிட்டீர்கள்' என்று நொந்துபோகிறார். இருந்தாலும் படு சந்தோஷம் அவருக்கு.

டேவ் மற்றும் ஆரோன் இருவரும் வட கொரியா செல்வதற்குத் தயாராகிறார்கள். இந்த நேர்காணல் பற்றிய விஷயம் வெளியுலகுக்குத் தெரிந்தவுடன், அமெரிக்க உளவுத் துறையின் பெண் ஏஜென்ட் ஒருவர் இவர்களை நாடுகிறார். ஒரே குறிக்கோள்தான் – கிம் சாகடிக்கப்பட வேண்டும். முதலில் மறுக்கும் இவர்கள், பிறகு ஒப்புக்கொள்கிறார்கள். ஆமணக்கு விதையில் தயாரிக்கப்படும் விஷமான ரிஸினை, கொரிய அதிபருடன் கைகுலுக்கும்போது அவருடைய உடலுக்குள் செலுத்திவிட வேண்டும் என்பதுதான் திட்டம். அதை டேவ் செய்ய வேண்டும் என்று தீர்மானிக்கப்படுகிறது.

இருவரும் வட கொரியாவுக்குச் செல்கிறார்கள். வட கொரிய அதிபரின் படாடோபமான வாழ்க்கை முறை இருவரையும் திகைக்கச் செய்கிறது. டேவ், அதிபர் கிம்மின் ஆதரவாளராக மாறுகிறார். அதற்குக் காரணம் இருக்கிறது. மது, மாது என்று டேவ்வுக்கு சகலமும் கிடைக்கின்றன. கிம்மின் பலவீனங்கள் டேவ்வுக்குத் தெரிய வருகிறது. டேவ்வுக்கு அதிபர்மீது பரிதாபம் வருகிறதோ இல்லையோ – நமக்கு வருகிறது. அதிபரைப் பற்றிய இந்தப் புரிதல் காரணமாக, அதிபரைக் கொல்ல தன்னால் முடியாது என்று கை விரித்துவிடுகிறார். 'நீ கொல்லாட்டி என்ன? நான் கொல்கிறேன்' என்று, அதிபரைக் கொல்லப்போவதாக ஆரோன் சொல்கிறார். ஆனால் இது ஒரு கமர்ஷியல் படம் அல்லவா? வழக்கம்போலவே டேவ்வுக்கும் வட கொரிய மக்கள் கஷ்டப்பட்டுக்கொண்டிருக்கிறார்கள் என்று ஒரே இரவில் தெரிந்துவிடுகிறது. இந்தச் சமயத்தில், ஆரோனை கிம்மின் பெண் பாதுகாவலர் விரும்புகிறாள். அவளும் இவர்களுக்கு ஆதரவாக மாறுகிறாள். ஆனால் அதிபரைக் கொல்லக்கூடாது என்கிறாள். வேறு என்ன செய்வது? நேர்காணலின் வழியாகவே அதிபரின் முகத்திரையைக் கிழிக்க முடிவு செய்யப்படுகிறது. நேர்காணல், தடையில்லாமல் ஒளிபரப்பாவதற்கு தான் உதவுவதாகச் சொல்கிறாள்.

நேர்காணலில் எதிர்பாராத கேள்விகளை டேவ் கேட்கிறார். அதிபர் கிம்மை அழ வைக்கிறார். 'நமது அதிபர் கடவுள் இல்லை; சாதாரண மனிதன்தான்' என்று கொரியர்கள் ஆச்சரியமடைகிறார்கள். நிகழ்ச்சியைப் பார்த்துக்கொண்டிருக்கும் ராணுவமும் போலீஸும், டேவ்வையும் ஆரோனையும் கொல்ல வருகின்றன. இருவரும் தப்பித்து ஓடுகிறார்கள். கடும் கோபம் கொள்ளும் கிம்மும், ஹெலிகாப்டரில் இவர்களைத் துரத்துகிறார். கடைசியில் கிம்மைக் கொன்றுவிட்டு இருவரும் நாட்டைவிட்டு வெளியேறுவதுதான் கதை.

ஹாலிவுட் அதிரடிப் படங்களைப் போன்ற மசாலாவான படம்தான் இது. ஆனால் படம் முழுவதும் இழையோடும் நகைச்சுவை, சுவாரசியமான நகைசசுவை, டேவ் மற்றும் அதிபராக நடித்திருந்த நடிகர்களின் கலக்கலான நடிப்பு என்று தூள் கிளப்பியிருக்கிறார்கள். டேவ், துள்ளலான கதாபாத்திரம் என்றால், முப்பத்தியிரண்டு வயதில் மிகப்பெரிய பொறுப்பைச் சுமந்துகொண்டிருக்கும் அதிபராக தனது பலவீனங்களை கஷ்டப்பட்டு மறைக்க வேண்டிய அழுத்தங்களையும்

தனது வயதுக்கே உரிய இளைஞனின் ஆசைகளையும் பிரமாதப்படுத்தியிருக்கிறார், அதிபராக நடித்திருக்கும் ராண்டல் பார்க். படத்தில் பெரிய சண்டைக்காட்சிகள் இல்லை. பெரிய சதி வலைகள் இல்லை. மிக இயல்பான திரைக்கதையின் வழியாகவே இவ்வளவு சுவாரசியங்களைக் காட்டியிருக்கிறார்கள். எந்தப் பிரச்சினையும் இல்லாமல் இப் படம் வெளியாகியிருந்தால், வட கொரியாவைப் பற்றிய ஒரு சித்திரத்தை ஒவ்வொருவருக்கும் உருவாக்கியிருக்கக்கூடும். ஆனால் தடுத்துவிட்டார்கள்.

Land of whispers படத்தில் வரும் சில காட்சிகள். The interview-ல் வருகின்றன. உதாரணமாக, ஒரு கடையில் பழங்கள் காய்கறிகள் அழகாக அடுக்கப்பட்டிருக்கும். ஆனால் அவை உண்மையானவை இல்லை. 'நம் நாடு வளமானது' என்று காட்டுவதற்காக அடுக்கிவைக்கப்பட்டிருக்கும் ப்ளாஸ்டிக்கால் ஆனவை அவை. ஒருவேளை, ஆவணப்படத்திலிருந்து இந்தத் தகவலை The interview குழுவினர் பயன்படுத்தியிருக்க வாய்ப்பு உண்டு.

இந்தப் படமே ஒரு டுபாக்கூர். வட கொரிய சுப்ரீம் லீடரின் நல்ல பெயருக்குக் களங்கம் உருவாக்குவதற்காக அமெரிக்கக் கைக்கூலிகள் இந்தப் படத்தை எடுத்திருக்கிறார்கள் என்று வட கொரியா கதறுகிறது. எங்கள் நாட்டில் வளங்கள் கொட்டிக் கிடக்கின்றன என்று மார் தட்டுகிறார்கள்.

ஆனால் உண்மையிலேயே வடகொரியாவின் சூழல் எப்படியிருக்கிறது? ஏன் மற்ற நாட்டவர்களை வட கொரியா தங்கள் நாட்டுக்குள் அவ்வளவு எளிதாக அனுமதிப்பதில்லை? ஏன், வட கொரியா பற்றிய எந்தச் செய்தியும் வெளியில் வருவதில்லை? ஏன், அந்த நாட்டில் திரைப்படங்கள் எதுவும் தயாரிக்கப்படுவதில்லை? – இப்படி ஏகப்பட்ட கேள்விகளைக் கேட்க முடியும். ஆனால், எந்தக் கேள்விக்கும் இப்போதைக்கு பதில் கண்டுபிடித்துவிட முடியும் என்று தோன்றவில்லை. நம் தலைமுறையின் மிகப்பெரிய புதிர் தேசம் அது.

* * *